ठिकरी

वपु काळे

मेहता पब्लिशिंग हाऊस

Please contact us at **Mehta Publishing House,** 1941, Madiwale Colony, Sadashiv Peth, Pune 411030.
Email : production@mehtapublishinghouse.com
author@mehtapublishinghouse.com
Website : www.mehtapublishinghouse.com

THIKARI by V P KALE
ठिकरी : वपु काळे / कादंबरी

प्रकाशक : सुनील अनिल मेहता, मेहता पब्लिशिंग हाऊस,
१९४१ सदाशिव पेठ, माडीवाले कॉलनी, पुणे – ४११०३०.

मुखपृष्ठ : कमल शेडगे

प्रकाशनकाल : मार्च, १९८८ / एप्रिल, १९९० / एप्रिल, १९९८ / मार्च, २००० / ऑक्टोबर, २००४ / नोव्हेंबर, २००८ / नोव्हेंबर, २००९ / जानेवारी, २०१२ / एप्रिल, २०१३ / सप्टेंबर, २०१४ / जुलै, २०१६ / पुनर्मुद्रण : ऑक्टोबर, २०१८

P Book ISBN 9788177665086
E Book ISBN 9789386454669
E Books available on : play.google.com/store/books
www.amazon.in/b?node=15513892031

स्मिता

आणि

रवी यांना

विमानापासून एअरपोर्टच्या इमारतीपर्यंत इतर प्रवाशांप्रमाणे ती उन्हातून चालत आली. विमानाच्या शिडीवर पाऊल टाकताच मुंबईच्या हवेने आपलं व्यक्तिमत्व दाखवलं. एअर होस्टेसने 'आपके जानकारीके लिए' असं पुकारत 'बाहर का तापमान' सेल्सियसच्या हिशोबात सांगितलं होतं. तिचं गणिती काम संपलं होतं. त्यासाठी तिला अशाच गणिती आकड्यात मांडता येणारा पगार मिळतो. कुणाला किती उकडेल किंवा त्या हवामानाचा उपद्रव होईल हे गणिताने सिद्ध होतं का? ह्याही हवेत संपूर्ण सुटात वावरणारे महाभाग असतात आणि गंजिफ्रॉकशिवाय तलम बुशशर्ट घालणारे पारदर्शक लक्ष्मीपुत्रही असतात.

एअरपोर्टच्या लॉबीत पाय ठेवताच समोरचा काचेचा दरवाजा आपोआप उघडला आणि तिने वातानुकूलित पॅसेजमध्ये पाऊल टाकलं. ती सुखावली आणि थबकली. रमणचा पत्ता नव्हता. अनेकांचे नातेवाईक आपापल्या पाहुण्यांसाठी आले होते, आनंदून जात होते, हातात हात घेत होते, क्वचित कुणी मिठ्याही मारीत होते. आलिंगनासाठी रमणसुद्धा हात पसरून, भेटीसाठी वेडाखुळा झाला असेल अशी अपेक्षा. पण तो आलाच नव्हता. वातानुकूलित हॉलमध्येही तिला घाम फुटला. यांत्रिकतेने चालत राहण्याशिवाय उपाय नव्हता. ती चालत राहिली. सगळ्या प्रवाशांबरोबर उजव्या बाजूने प्रतीक्षालयात गेली. समोरच्या इलेक्ट्रॉनिक फलकावर तांबड्या रंगात, ती ज्या फ्लाईटने आली होती त्याचा नंबर झळकला.

ह्याचा अर्थ आता आपलं सामान येणार हा असावा. कारण तिच्याबरोबर आलेली माणसं पुढे सरसावली. कन्व्हेअर बेल्टचा अजगरासारखा पट्टा फिरू लागला. वेगवेगळ्या रंगांच्या, आकारांच्या बॅगा पट्ट्याबरोबर सरकू लागल्या. स्वत:चं सामान प्रत्येकालाच इतरांच्या अगोदर हवं होतं. माणसं धावत होती, पुढे घुसत होती. क्वचित कुणाला दूर लोटत होती.

अंगावरच्या कपड्यांप्रमाणे तरी माणसाने किमान डिसेंटली वागावं; पण नाही. आतला माणूस प्रकट होतोच.

आपण काय करावं?

रमण येवो अथवा न येवो, बॅग तर ताब्यात घ्यायलाच हवी. पट्ट्यावरची बॅग तिने काढून घेतली आणि शक्यतो गर्दी टाळून ती एका बाजूला उभी राहिली. आपण एकट्या आहोत, मुंबईत प्रथमच येत आहोत आणि त्याहीपेक्षा खूप घाबरलो

आहोत, हे कुणालाही कळता कामा नये. ह्यासाठीच एअरपोर्टवरच्या कोणत्याही हालचाली नवशिक्या माणसाच्या वाटणार नाहीत, ह्याची ती काळजी घेत होती. वाट पाहण्यातदेखील तणावरहित सहजता आणण्याचा तिचा खटाटोप चालला होता. पण शेवटी काळाने तिचा पराभव केला. तिची सहजता कमी होत चालली. तिची नजर जास्त जास्त भिरभिरू लागली. तो कोणत्याही दिशेने येईल असं वाटता-वाटता तो आता येईल की नाही, ह्या भीतीने ती व्याकूळ झाली. रमण खरोखरच आला नाही तर? छे!

तो यायलाच हवा. पण निव्वळ यायलाच हवा असा मनाशी आक्रोश करून तो येणार नाही. त्याप्रमाणे तो आला नाही तर?

वाट पाहण्याची शक्ती काळ हिरावून घेतो. ती घाबरली. तिचे डोळे डबडबून आले. एअरपोर्ट, माणसं, बाहेर धावणाऱ्या टॅक्सीज् सगळं अंधुक दिसायला लागलं. वेगवेगळ्या रंगांच्या बाटल्या एकदम नळाखाली धरल्यावर जे संमिश्र पाणी वाहू लागेल, त्याप्रमाणे वाहणाऱ्या अश्रूंनी आसमंतातले सगळे रंग धारण केले. त्या अनेक रंगांपैकी एक रंग तिच्यासमोर उभं राहून तिला विचारत होता,

''आर यू वेटिंग फॉर समबडी?''

सोनालीचं तिच्याकडे बारीक लक्ष होतं. पहिल्यापासून. सराईतपणाचा तिने कितीही बहाणा केला तरीही तिच्या नजरेतला ससा लपलेला नव्हता.

सोनालीने ते टिपला होता.

आज खरं तर एअरपोर्टवर येण्याचं मुळीच कारण नव्हतं. पण सहारच्या आंतरराष्ट्रीय विमानतळावरचं काम संपवून सोनाली निघाली आणि यांत्रिकतेने ती सांताक्रूझ विमानतळावर कशी आली, का आली, हे तिला कळलंही नाही. गोव्याहून येणाऱ्या फ्लाईटवर कॅप्टन वैद्य आहे हे समजलं म्हणून सोनाली कॅप्टनसाठी थांबली. चाळा म्हणून पॅसेंजर्सकडे पाहत राहिली. त्यापूर्वी मूव्हमेंट कंट्रोलकडे तिने कॅप्टन वैद्यांसाठी निरोप ठेवला. सोनालीचं लक्ष तिच्याकडे आपोआप गेलं. त्या अनामिकेच्या सौंदर्याने ती भारावून गेली. 'कोण सरदार हिचा भरतार' हा लोकशाहीर रामजोशीप्रमाणे सोनालीला प्रश्न पडला. नंतर ती कोणाची तरी वाट पाहत आहे, हे लक्षात यायला वेळ लागला नाही. इतक्या रूपवान मुलीला वाट पाहण्याच्या यातना देणारी व्यक्ती कोण असेल, ह्या अनावश्यक कुतूहलाने सोनाली थांबली.

तिला कुणीही न्यायला आलेलं नाही, हे तिने ओळखलं. ती जेव्हा कावरीबावरी झाली तेव्हा सोनाली पुढे झाली. सगळ्या रंगांची तिच्या अश्रूंत रंगपंचमी झाली तेव्हा सोनालीने तिला विचारलं,

''आर यू वेटिंग फॉर समबडी?''

तिच्या गडबडलेल्या चेहऱ्यावरून तिला आपला प्रश्न समजला नाही, हे सोनालीने ओळखलं. मग तिने सरळ मराठीत विचारलं,
"तू कुणाची तरी वाट पाहत आहेस का?"
तिने मानेने होकार दिला.
"कुणाची?"
"रमणची."
"रमण कोण?"
"माझा मित्र?"
"राहतो कुठे?"
"मला माहीत नाही."
"मी तुला कुठे सोडू का?"
"कुठं सोडणार?"
"कुणाही नातेवाईकाकडे."
"इथं कुणीही नाहीत."
"ओळखीपाळखीची?"
"कुणीच नाहीत."
क्षणभर विचार करीत सोनाली म्हणाली,
"माझ्याबरोबर चल."
तिने चमकून सोनालीकडे पाहिलं.
"आजची रात्र राहा. उद्यापासून रमणचा शोध घेऊ."
तरी ती उभीच राह्यली.
"मुंबईत पहिल्यांदा आलीस?"
"हो."
"मग चल."
सोनाली चालायला लागली. तिच्या मागोमाग जाण्याशिवाय दुसरं गत्यंतर नव्हतं. एअरपोर्टच्या बाहेर पार्किंग लॉटमध्ये सोनालीची गाडी उभी होती. सोनाली एवढी बडी असेल ह्याची तिला कल्पना असायचं कारण नव्हतं. रमण न्यायला आला नाही ह्याच धक्क्यातून ती अद्याप सावरली नव्हती. ह्या परिस्थितीत जो आधार मिळेल तो जवळचा होता.
गाडी सुरू करता करता सोनालीने विचारलं,
"तुझं नाव?"
"चित्राली."
"तुझ्या-माझ्या नावात एका अक्षराचं साम्य आहे. मी सोनाली. 'ली' कॉमन."

ती हसली. पण हसता हसता तिचे डोळे भरून आले. तिच्या हातावर थोपटत सोनाली म्हणाली,

''रडायचं नाही. घाबरायचं तर मुळीच नाही. घाबरणाऱ्या आणि रडणाऱ्या माणसाला फार काळ कुणी आधार देत नाही. कुठं जायचं हे जरी माहीत नसलं तरी कुठून आलो हे नक्की माहीत आहे. त्या पत्त्यावर मी तुला पाठवायची व्यवस्था नक्की करू शकते. तेव्हा काळजी करायची नाही.''

त्याच क्षणी चित्रालीला टाहो फोडून सांगावंसं वाटलं, 'जिथून मी आले त्या घरीही मी पुन्हा जाऊ शकणार नाही.'

सोनाली-चित्राली घरी आल्या. सोनालीच्या घरातला थाटमाट आणि त्याहीपेक्षा माणसांची वर्दळ पाहून चित्राली गोंधळून गेली. एअरपोर्टवर पाय ठेवल्यापासून आणि रमणचा पत्ता नाही हे समजल्याक्षणापासून ती अत्यंत धास्तावलेल्या मन:स्थितीत होती. आपलं नाव 'चित्राली' ह्याचा उलगडासुद्धा सोनालीने नावाची चौकशी केल्यावर तिला झाला होता. आता खरं तर एकांत हवा होता. एअरपोर्टवर जेव्हा ती रमणची वाट बघत होती, तेव्हा तिला सुरक्षितता हवी होती. आपल्याभोवती जोपर्यंत इतकी माणसं संख्येने वावरताहेत, तोपर्यंत त्या गर्दीमध्येच आपण सुरक्षित आहोत. तिला ते जाणवलं होतं. आपण आता सुरक्षित आहोत ह्याची खात्री पटल्यावर तिला भोवती माणसं नकोशी झाली. ह्या क्षणी एखाद्या खोलीत एकटं बसायला मिळेल का? सोनालीला तसं सांगता येईल तर किती बरं होईल? पण कसं सांगणार? तुमच्या घरातल्या माणसांचाच मला ह्या क्षणी त्रास होतोय, हे कसं सांगायचं?

तेवढ्यात सोनाली पुढे येत म्हणाली,

''वॉश घे. कपडे बदल. चहा-कॉफी काय हवंय ते घे. ही सगळी मंडळी आता आपापल्या कामाला जातील. मग घर शांत होईल. तुला निवांतपणा मिळेल.''

शेवटच्या वाक्याने तिला बरं वाटलं. सोनालीच्या सांगण्यानुसार तिने सगळ्या गोष्टी केल्या आणि सोनालीने दिलेल्या खोलीत तिने पाऊल टाकलं. सोनाली जणू काही तिची गरज जाणून म्हणाली,

''दार लावून घे आणि कसलाही विचार न करता तासभर पडून राहा.''

चित्रालीला झोप येणं अशक्य होतं. स्वत:च्या विचारांचा ताण असह्य झाला तेव्हा हवा असलेला आणि त्याप्रमाणे मिळालेला एकांत तिला भयाण वाटू लागला. ती खोलीच्या बाहेर आली तेव्हा घरातली वर्दळ नाहीशी झाली होती. बाहेरच्या हॉलमध्ये कोपऱ्यात एकच दिवा लावलेला होता. सोनाली शांत बसली होती. एकटीच. समोर ड्रिंक्स होती.

"ये, व्हिस्की घेणार?"
"मी कधी घेत नाही."
"ओके, बस मग. पाहा, मी कशी घेते ते."
चित्राली बघत राहिली. एक-दोन सिप् घेऊन झाल्यावर सोनाली म्हणाली,
"तू ड्रिंक्स घेत नाहीस ते ठीक आहे. पण ह्यातलं जे आवडेल ते खायला हरकत नाही."
तरी चित्राली शांत राहिली. काजूची बशी तिच्यासमोर करीत सोनाली म्हणाली,
"सतत घाबरणाऱ्या आणि जातायेता रडणाऱ्या माणसाचं हसं होतं, त्याचप्रमाणे उपाशी राहण्याचा अट्टहास करणाऱ्या माणसाकडेही फार काळ कुणी लक्ष देत नाही."
बशीतले तीन-चार काजू तिने उचलून घेतले.
"हं, आता बोल. रमण कोण?"
"माझा मित्र."
"राहतो कुठे?"
"इथंच मुंबईत."
"कुलाब्यापासून दहिसरपर्यंत हे शहर पसरलेलं आहे. आणि माझ्या अंदाजाप्रमाणे इथं नव्वद लाख माणसं राहत असतील. आपलं घरटं कोणत्या झाडावर आहे हे फक्त पक्षीच ओळखतात. माणसांना मात्र घराचं नाव, रस्त्याचं नाव, पोस्टाची हद्द हे सगळं लागतं."
चित्रालीचे डोळे पुन्हा पाणावले. पण तिने निग्रहाने ते पाणी थांबवलं. ते पाहून आपल्याच तंद्रीत हातातल्या व्हिस्कीच्या पेल्याकडे पाहत सोनाली म्हणाली,
"एखाद्या व्यक्तीला काळाने हिरावून नेलं की माणूस रडतो. स्वत:ची प्रचंड फसवणूक झाली की त्या दु:खाची जात वेगळी. जिवाभावाच्या माणसाचा अध:पात कशामुळे होणार आहे, ह्याची त्याला वेळोवेळी पूर्वसूचना देऊनही त्याच्या टाळक्यात प्रकाश पडला नाही, की असेच अगतिक अश्रू वाहतात. कारणं काहीही असोत. कधीकधी शुद्ध वात्सल्यापोटीसुद्धा पाण्याचे लोट पापण्यांच्या काठांना भीक घालत नाहीत. तरीही चित्राली, लक्षात ठेव, अश्रूंची टिंगल जन्मदात्री आईसुद्धा करते."
चित्रालीने चमकून पाहिलं.
"जाऊ दे. मी सहसा फार बोलत नाही. का म्हणून विचार."
तिच्या उत्तराची वाट न पाहताच पेग संपवीत सोनाली म्हणाली,
"कुणी ऐकायलाच नसतं. दुसरं काय?"
"मी ऐकते."
"तावडीत सापडलीस म्हणून का?"

''मी असं...''
''असू दे, असू दे. गंमत केली. तू आता काही ऐकू नकोस. एक तर मला स्वत:ला इंटरेस्टिंग बोलता येत नाही. दुसरं म्हणजे माझ्याजवळ बोलायला विषयच नसतो. मी बोलते तेव्हा फार रूक्ष बोलते.''
''मला तसं वाटत नाही.''
''कसं?''
''तुम्ही रूक्ष बोलता असं मला वाटत नाही.''
''अनुभवाशिवाय सांगतेस?''
''तुम्ही जे काही बोललात त्याचा कंटाळा नाही आला.''
''समस्येवर मिळणारी उत्तरं किंवा त्याहीपेक्षा समस्या सोडवणारे शब्द नेहमीच ऐकावेसे वाटतात आणि समस्या ही प्रत्यक्ष सोडवायची असते. तो शब्दांचा विषय नाही, कृतीचा आहे.''
''तरी तुम्ही बोला.''
''काय बोलू?''
''असंच... आयुष्याबद्दल.''
''म्हणजे?''
''तुमचे अनुभव मला ऐकायला आवडतील.''
''म्हणजे भूतकाळ आला.'' इतकं बोलून सोनाली विचित्र हसली. तिने स्वत:साठी आणखी एक पेग तयार केला.
''का हसलात?''
''मला भूतकाळच नाही.''
''असं कसं होईल?''
''जे आहे ते सांगितलं.''
''तुम्ही मला संध्याकाळी पाहिलंत. तेव्हापासून...''
''मला तेही आठवत नाही.''
चित्राली आता विलक्षण गोंधळली. माणसं पितात ते हे असंच का सगळं विसरण्यासाठी? मग आपण का पिऊ नये? म्हणजे काही आठवायला नको.

रमण... त्याची आसुसलेली नजर... आपलं शरीर पिऊन टाकणारे त्याचे भावूक डोळे... तो स्पर्श... एकांत... आपले केस मोकळे करण्यासाठी त्याची चालणारी धडपड... केस मोकळे होताक्षणी त्या केसांचा पदर स्वत:च्या चेहऱ्यावर पसरवीत तो म्हणाला होता,
''कभी कभी चित्रपटातल्या अमिताभचा मला हेवा वाटला होता. पण माझ्या

आयुष्यातही असा क्षण येऊ शकतो तर...''
''तू म्हणशील तितक्या वेळा. मला आयुष्यभर अशीच बरसात करायला आवडेल.''
रमण त्यानंतर वेडापिसा होईल, खुळा होईल, असं आपल्याला वाटलं; पण तो गप्प राहिला. साथ करता करता चुकून हार्मोनियमवरच्या वर्ज्य स्वराला बोट टेकल्यासारखं झालं.
''तुला मी आत्ताच्या क्षणाइतकी कायम आवडेल ना?''
नजर चुकवीत, केसात चेहरा लपवीत रमण म्हणाला,
''आत्ताचा क्षण खरा.''
– म्हणजे रमण मला आता विसरला असेल? चांगल्या चांगल्या स्वभावाची माणसं अशी विसराळू असतात? ह्या देवतेने ह्या अवाढव्य शहरात आपल्याला निवारा दिला. ना ओळख ना पाळख; पण तिने सुरक्षितपणे मला अल्लद एअरपोर्टवरून उचललं. काही तासांपूर्वीच. पण हिला ते आठवत नाही.
''तुम्ही असं का म्हणतात?''
''कसं?''
''आठवत नाही म्हणून. असं कसं होईल?''
''तसं सगळं आठवतं म्हणूनच ते लक्षात ठेवायचं नाही. आत्ता तू माझ्यासमोर आहेस, मी तुझ्यासमोर हे खरं. किती तासांपूर्वी भेटलो ह्या तपशिलाला काय अर्थ आहे? जे बोलायचं ते ह्या क्षणीच बोलावं.''
''काय बोलू?''
''असंच असतं. वर्तमानकाळ बोलणारा नसतोच. तो जगायचा असतो. माणसं बोलतात ती भूतकाळाबद्दल. त्यातल्या त्यात दुःखाच्या हकीगती. त्याचीच उजळणी. दुःख जितकं जुनं तितकं त्याला जास्त पॉलिश. झाडाझुडपांत फुलं जशी उगवतात तशी ती बघायची नाहीत. वेगवेगळ्या आकाराची भांडी आणायची. त्या भांड्यात बाणांची शय्या करायची. आणि मग कर्दळीच्या पानापुढे निशिगंधाला ताटकळत ठेवायचं आणि आफ्रिकन लिलीच्या घोळक्यात गुलाब रोवायचे. त्या काट्यांच्या शय्येवर फुलांना डुलायला लावायचं. म्हणायचं इकेबाना. तशी जुनी दुःखं जास्त आकर्षक करायची. ती अनेकदा सांगून सांगून निरुपणाला नेमकेपणा आलेला असतो. त्या दुःखाचा इकेबाना करायचा. झाडं तसं करत नाहीत. फुललेल्या फुलाच्या पाकळ्या गळत असतानाच इकडे देठाला नवा हुंकार उमटत असतो. मी तेवढंच मानते.''
''त्याने भागतं?''
''दोनच मिनिटांपूर्वी वाऱ्याची झुळूक येऊन गेली, ह्याच्या निव्वळ आठवणीने किंवा आता वारं येईल ह्या प्रतिक्षेवर, ह्या क्षणी उकडायचं थांबतं का?''

चित्रालीने मान हलवली.

"भूतकाळ आणि भविष्यकाळ तसाच असतो. वाऱ्यासारखा. वारा निर्माण झाला की तिथं कधीच पुढच्या क्षणी थांबत नाही. माणसंच भूतकाळाच्या पारंब्या सोडत नाहीत. जाऊ दे. तू ऊठ. मी अशीच बसणार. तू आता जेव. यदू तुला जेवायला वाढेल. एक मस्त झोप काढ. झोपायच्या क्षणी 'आता झोपायचं' एवढाच विचार खरा. नो पास्ट, नो फ्यूचर. ह्या विचारासारखा ट्रँक्विलायझर नाही."

चित्राली पुन्हा सोनालीसमोर येऊन बसली. झोप हवी असताना ती आली नाही की माणूस जसा कातावल्यासारखा होतो, तशी तिची अवस्था झाली होती. आपण बेदम दमलो की आपल्याला गाढ झोप लागेल ह्यासारखे अंदाजही चुकतात, ह्या अनुभवातून ती गेली होती. माणसाच्या शरीराला विश्रांती हवी असतानाही ती त्याला मिळू न देणारी एक कोणती तरी शक्ती असते. निव्वळ थकलेलं शरीर स्वत: स्वावलंबनाने झोपही घेऊ शकत नाही. तिथंही एक अज्ञात दाता असतो.

"झोप येत नाही का?"

"नाही."

"काही वाचणार का?"

चित्राली गप्प राहिली. तिचं वाचनातही मन लागणार नाही किंवा तिला तो मुळातच छंद नसेल, असे दोन्ही तर्क करून सोनालीने ते सोडून दिले. येणारे विचार सोडून देण्याची तिला आता सवय झाली होती. एका खिडकीतून पाखराने यावं आणि खोलीत क्षणच थांबून दुसऱ्या खिडकीतून निघून जावं, तसा कोणताही विचार पुढच्या क्षणी खोली रिकामी. खिडक्या बंद करून नको असणाऱ्या पाखरांना कोंडायची सवय कधीच गेलेली. खूप लहानपणी, वारंवार छळणाऱ्या एका पाखराला तिनं असंच कोंडून टाकलं होतं. हातात टॉवेल घेऊन ती त्या पाखराच्या बरोबरीने खोलीभर पळत होती. पाखरू सिलिंगपाशी, ती जमिनीवर. पाखराला क्षणभर बसून द्यायचं नाही हा तिचा निर्धार. खोलीतल्या खोलीत उडून जेवढं पाखरू दमलं तेवढीच तीही थकली. शेवटी फिरणाऱ्या सिलिंग फॅनच्या तडाख्याने ते पाखरू एका कोपऱ्यात भिरकावलं गेलं. नंतर सोनालीच्या लक्षात आलं की, जिवंत पाखराच्या आठवणीपेक्षा मेलेल्या पाखराच्या आठवणी जास्त जिवंत असतात आणि एक पाखरू मेलं तरीही पाखरं राहतातच. त्यांचा थवा यायचा की येतोच. त्यापेक्षा खिडक्या उघड्या ठेवायच्या.

"तुम्ही काय वाचताय?"

"एक होता कार्व्हर. एक अफाट चरित्र आहे. एका व्यक्तीच्या आयुष्यात काय काय घडतं..."

बोलता बोलता सोनाली थबकली, ते चित्रालीच्या चेहऱ्यावरचे भाव पाहून.
''काय झालं?''
''तुमचा भूतकाळावर विश्वास नाही ना?''
''घडून गेलेल्या गोष्टींवर विश्वास ठेवावाच लागतो. मी तिथं गुंतत नाही.''
''पुस्तकात छापलेलं चरित्र म्हणजे भूतकाळच नाही का झाला?''
''तो पुस्तकातल्या माणसांचा. मी वाचन करते ते वर्तमानाचा क्षण सजवण्यासाठी. पटत नाही?''– मध्येच सोनालीने विचारलं.
''अंऽऽ, नाही. मी... माझ्याच विचारात होते.''
''म्हणजे रमणच्या?''
चित्राली गप्प राहिली.
''कितपत गुंतली आहेस?''– असं सोनालीने कमालीच्या शांत शब्दांत विचारलं.
''कसं सांगू?''
''शरीर दिलंस का?''
''सर्वस्व दिलं.'' चित्राली आपोआप वरच्या स्वरात गेली.
सोनाली तितक्याच थंड आवाजात म्हणाली,
''म्हणजे तेच.''
''नाही हो, नुसतं शरीर म्हणू नका.''
''चित्राली, डोण्ट गेट् एक्सायटेड. स्त्री ज्याला सर्वस्व मानते त्याला पुरुष फक्त शरीर मानतात.''
''शरीरापलीकडे खूप खूप काही असतं हो!''
''ते जे पलीकडचं आपण मानतो ते ज्या पुरुषापर्यंत पोहोचतं, तो पुरुष बाईला कधीही फसवत नाही. नेव्हर इन लाइफटाइम.''
''म्हणजे रमण मला फक्त शरीर समजला का?''
''अन्फॉर्च्युनेट्ली येस्.''
''नाही हो! दुसरं काहीही म्हणा, पण एवढंच म्हणू नका.''
''त्याने आज वेळ पाळली का?''
''तो कदाचित...''
''ज्याला प्रेम समजतं, शब्द समजतो तो वेळ पाळतो, नि ज्याला फक्त स्वार्थ समजतो, तो वेळ साधतो. रमणने वेळ साधली म्हणून पाळली नाही.''
स्वत:चा तोल सांभाळता येणार नाही म्हणून चित्राली चेहरा झाकून, हुंदका दाबून खोलीकडे धावली. सोनालीने ड्रिंक संपवायचं म्हणून ग्लास तोंडाला लावला. पुस्तकातला एक टप्पा संपवायचा म्हणून तिने पान उघडलं.
अश्रूच्या पहिल्या थेंबाला सांत्वनाचा स्पर्श झाला म्हणजे माळ ओघळत राहते.

ओघळणारी ही माळ नेहमीच शब्द भिजवते. त्यांना धार राहत नाही. अश्रू फक्त स्वत:ची वकिली करतात. वाहणाऱ्या डोळ्यांना स्वत:च्या चुका दिसत नाहीत. रडणाऱ्या मनाचं निवेदन त्रयस्थ होऊच शकत नाही. त्यापायी भूतकाळ धूसर होतो. भूतकाळ...

आज हा शब्द खूप दिवसांनी भेटला. हा एकच शब्द असा आहे की समोर उभं राहण्याची त्याची हिंमत नाही. भविष्यकाळ जसा मागे दडत नाही, त्याप्रमाणे हा प्राणी आमने-सामने येत नाही. आपण मागं मान वळवली तरच तो आपलं अस्तित्व दाखवणार.

म्हणजे आपण मागे पाह्यलं का?

समोरही न बघणारी नजर आज मागे का वळली?

ॲम आय ड्रंक? नॉट ॲट ऑल!

मग भूतकाळ शब्दाची आठवण का यावी?

छे, खिडक्या उघडायला हव्यात. पण नाही. काही पाखरं नतद्रष्ट असतात. उघडलेल्या खिडक्या त्यांना दिसत नाहीत किंवा ती पाखरं तिकडे बघत नाहीत. सोनाली अंग झटकून उठली. तिने नवा पेग तयार केला. मागे बघायचं नाही म्हटलं की सारखं मागून कुणीतरी येतंय असं वाटतं.

कापसाचे तळवे फक्त मांजरांनाच नसतात. भूतकाळालाही असतात.

ह्याचा अर्थ इतकाच की वर्तमानकाळाचं वजन वाढवायला हवं. आय शुड बी स्टिल बिझी. मोर एन्ग्रॉस्ड इन द प्रेझेंट.

हातातल्या ग्लासासहित सोनालीने चित्रालीच्या खोलीत पाऊल ठेवलं. ती पलंगावर पालथी झोपली होती. तिच्या अस्ताव्यस्त झोपण्यातही सौंदर्य होतं. फुलांचा सडा कसाही पडला तरी चांगला दिसतो.

सोनालीने तिच्या खांद्यावर हात ठेवला. चित्राली त्या क्षणी तिच्या कुशीत शिरत म्हणाली,

"मी नुसतं शरीर नाही हो दिलं. मन..."

नेहमीच्या नॉर्मल मन:स्थितीत येत सोनाली तशाच थंड शब्दांत म्हणाली,

"तसं होऊ नये; पण त्याने फसवलं ह्याची खात्री पटली की त्याच्यावरचं तुझं मन उडेल."

"शरीराचा बळी दिल्यावर..."

"शरीरात फार गुंतू नये. हे शरीरही नको, असं वाटायला लावणारे क्षण असतात."

"मला आत्ता ह्या क्षणी काहीही कळत नाही. मी ह्या दु:खाने फुटून जाईन."

थोड्याशा कडक आवाजात सोनालीने विचारलं,

"आजवरच्या आयुष्यात तुला दु:खाचा एकही फटका बसला नाही?"

एकदम वेगळा प्रश्न समोर आल्याबरोबर चित्राली थबकली. सोनालीच्या ह्या प्रश्नामागचा हेतू समजला नव्हता; तरीही ती क्षणभर रमणला विसरली. रमणच्या ठिकाणी तिला तिचा सख्खा भाऊ दिसायला लागला. आपण आपल्या भावाला आयुष्यात विसरणार नाही, असं तिला त्याने शेवटचा श्वास घेतला तेव्हा वाटलं होतं. मुलाच्या मरणाचं दु:ख न पेलून अवघ्या पाचव्या दिवशी तिच्या आईनेही इथली यात्रा संपवली होती. हे दु:ख आणि आई-भावाच्या आठवणी कायम त्या कायमच राहणार. तशा त्या काही वर्षं राहिल्याही. मग कालांतराने तळ जाणूनबुजून ढवळल्याशिवाय त्या आठवणी पृष्ठभागावर येईनाशा झाल्या. त्याची काही काळ खंत वाटत राहिली आणि नंतरच्या कालावधीत आठवणींबरोबर ती खंतही तळाशी गेली. सोनालीने आत्ता अचानक हा असा प्रश्न विचारल्यावर चित्रालीला जिवाभावाच्या ह्या दोन माणसांचे मृत्यु आठवले. पण आत्ता सोनालीइतकंच तटस्थ होत ती म्हणाली,

"माझा धाकटा भाऊ गेला तेव्हा मी आयुष्यात प्रथम कोसळले होते. पण आत्ता वाटतं..."

"काय?"

"ते कोसळणं खोटं होतं."

"का?"

"मुलाच्या मरणाचं दु:ख सहन न होऊन पाचव्याच दिवशी माझी आई गेली. ते खरं कोसळणं."

"व्हेरी ट्रॅजिक. तू हे कसं सहन केलंस?"

चित्राली अभावितपणे म्हणाली,

"त्याचं आता नवल वाटतं."

सोनाली हसली. चित्रालीच्या चेहऱ्यावरच्या बदलत्या भावांनी त्या हसण्यामागचं कारण मागितलं. सोनाली म्हणाली,

"आजचं दु:ख तुला आणखीन काही वर्षांनी असंच गोजिरं वाटेल. थांब, तुझं आजचं दु:ख मला कमी दर्जाचं ठरवायचं नाही. न मावणारं दु:ख नेहमीच जीवघेणं असतं. कारण तुमचा जीवच तेव्हा दु:खापेक्षा लहान झालेला असतो. तेव्हा माणसाने नेहमीच दु:खापेक्षा मोठं व्हायचं ध्येय ठेवावं. दु:ख मावल्यावर भांड्यात वर रिकामी जागा राहील इतकं मोठं व्हावं."

चित्रालीला शांत वाटायला लागलं. सोनालीच्या शब्दांना एक विलक्षण प्रत्ययाचं, प्रचीतीचं अस्तर होतं; पण कोणत्याही दु:खाने विचलित न होणारी व्यक्ती कोरडी, रूक्ष, थंड, कदाचित अमानुषही होणार नाही कशावरून? ही शंका इतकी प्रबळ होती की क्षणभर का होईना, चित्राली तिच्या मनोव्यथेतून बाहेर आली.

"कोणत्याही दु:खाने न द्रवणारी व्यक्ती हृदयशून्य ठरणार नाही?"

चित्रालीच्या जिज्ञासेने तिच्या व्यथेवर अतिक्रमण केल्याचं पाहून सोनालीला हायसं वाटलं. ती पटकन म्हणाली,
"स्वतःला होणाऱ्या यातनांसाठी मोठं भांडं वापरायचं, पण इतरांच्या संदर्भात, एका अश्रूनेही भांडं ओसंडून जाईल इतकं छोटं ठेवायचं."
चित्राली थक्क होऊन ऐकत होती. आता ती अवांतर काहीही ऐकायच्या मनोभूमीवर उतरली आहे, हे सोनालीच्या लक्षात आलं. अश्रू डोळ्यांबरोबरच कानांचीही वाट अडवतात, पण आता शब्द आत झिरपू लागले होते. पुढचा प्रवास आता सोपा होता. प्रकाशाच्या पहिल्याच किरणस्पर्शात अंधार दूर करण्याचं सामर्थ्य असतं, तसंच शब्दांचं. सोनाली उमेदीने म्हणाली,
"दुःख आणि डोंगर ह्यांच्यात साम्य असतं. लांब अंतरावरून दोन्ही गोजिरी दिसतात. एका डोंगराला पार करावं तर त्याच्यामागे दुसरा डोंगर असतोच. तसंच दुःखाचं. जवळ गेलं की ह्या दोन्ही गोष्टी पार करता येणार नाहीत असं वाटतं. त्यांचं रौद्ररूप लांब गेलं की गोजिरवाणं होतं. काय, पटतंय का?"
चित्राली मंत्रमुग्ध झाली होती. होकार देण्याइतपतही ती ह्या क्षणी भानावर नव्हती.
"तेव्हा आता झोप. झोप आली नाही तरी नुसती पडून राहा. फिजीकली रिलॅक्स."
"तुम्ही जाऊ नका. इथं बसा."
"आणि काय करू?"
"नाही म्हणजे, तुम्हाला झोप आली असेल तर..."
"मी पहाटे दोन-तीन तास झोपते."
"रोज?"
"हो."
"का?"
"त्याची कारणं वेगळी आहेत. माझी काळजी करू नकोस. मी इथं बसले तर तुला झोप लागणार आहे का?"
"मी ऐकत बसणार."
"काय?"
"तुम्ही जे बोलणार ते."
"माझं बोलणं संपलं. जे सांगण्यासारखं होतं ते सांगितलं. मी मुळात बोलत नाही फार, बोलले तर इंटरेस्टिंग बोलत नाही. मला भावनाप्रधान व्हायला जमत नाही."
"तरीही जे बोलता ते मला आवडतं."
"पण काय बोलू?"
"मला एक गोष्ट सांगा."
"गोष्ट? कसली?"

“नाटकाची, सिनेमाची.”
“मी नाटक-सिनेमांना जात नाही.”
“पुस्तकं खूप वाचता ना?”
“चिक्कार!”
“मग अशीच एखादी मनात रेंगाळणारी कथा सांगा.”
विचारात पडत सोनाली म्हणाली,
“मी माझं ड्रिंक घेऊन येते आणि प्रयत्न करते.”
सोनाली गेली आणि ड्रिंकची ट्रॉलीच घेऊन आली.

“ही कहाणी अशीच एका मुलीची. नव्व्याण्णव नव्हे, तर शंभर टक्के खरी. संपूर्ण वास्तव. नावं फक्त सांगता सांगता जी सुचतील ती. मुलीचं नाव नुसतं ‘सोना.’ सोनाली नाही. आलं लक्षात?”
“हो, नुसतं सोना.”
“कुणाच्या वाट्याला कोणतं आयुष्य येईल, का येईल, तसंच का, वेगळं का नाही, एका ठराविक प्रसंगी त्या त्या व्यक्तीने तसेच निर्णय का घेतले, ह्या प्रश्नांना उत्तरं नाहीत. आधी घटना घडतात. प्रश्नमाला नंतर तयार होतात. इट् इज् जस्ट लाइक पोस्टमार्टेम. प्राण गेला हे खरं. चिकित्सा नंतर. निश्चित कशाने मेला ह्याचं अचूक उत्तर मिळाल्याने प्राण थोडाच परत येतो? जिव्हाळ्याच्या वर्तुळाला माणूस हवा असतो, शास्त्राला उत्तरं हवी असतात. तू कधी लहानपणी ठिकऱ्या खेळलीस का?”
चित्रालीने मान हलवली.
“आयुष्य जवळपास तसं असतं. जवळच्या जवळच्या घरात तो ठिकरीचा चतकोर तुकडा अचूक पडतो. घरं लांब गेली की हातातला तुकडा नेमक्या घरात पडेल ह्याची शाश्वती नाही. त्याप्रमाणे आयुष्यात छोटे छोटे आनंद कदाचित मिळतात. आपण खेळ खेळणारे असलो तर सरावाने सगळी घरं जिंकूही. पण ते झालं की नंतरचा टप्पा म्हणजे त्या आखलेल्या चौकोनांकडे पाठ करून ठिकरी टाकायची. ह्या टप्प्यात जवळच्या जवळच्या घरांचीही शाश्वती नाही आणि कोणतं घर आपली ठिकरी अचूक झेलून धरील, ह्याचाही भरंवसा नाही. जवळच्या जवळच्या घरांनी त्यांची कवाडं उघडी का ठेवली नाहीत आणि अचानक परक्या घरांनी सडा-रांगोळ्या रेखून स्वागत का केलं, ह्याला उत्तरं नाहीत. ती शोधता शोधता एखाद्याचा डाव संपतोसुद्धा. योग्य घरात टाकूनही ठिकरी तिथं पडली नाही की आपण कातावतो. आपोआप ती योग्य घरात पडली की दारावरच्या तोरणांनीच आपण थक्क होतो. हे सगळं केव्हा घडतं, तर जेव्हा आपल्या हातात ती ठिकरी असते तेव्हा; पण आपल्यालाच जेव्हा ठिकरी व्हावं लागतं तेव्हा?

“अशा अनेक ठिकऱ्या एकाच वेळी अगणित ठिकाणी खेळणारी, फेकणारी, टाकणारी एक कुणीतरी असते. तिने आखलेल्या चौकोना-चौकोनात त्या ठिकऱ्या पडतात. वाट्याला आलेले हे चौकोन म्हणजे सत्य. म्हणूनच प्रत्येकाला आकलन झालेलं सत्य वेगवेगळं. कुणाचंही सत्य खोटं नसतं. कल्पित नसतं. सौम्य नसतं. सुसह्य नसतं. अमुक अमुक क्षणी तू असा का वागलास?- असा प्रश्न स्वत:ची चौकट न सोडता विचारू नये. त्याच्या चौकटीत स्वत: ठिकरी होऊन पडावं. मग हे प्रश्न उरतच नाहीत.”
सोना ही अशीच एक ठिकरी.

वयाच्या तिसऱ्या वर्षी सोनाचे वडील गेले आणि सहाच महिन्यांच्या आत विजयाबाईंनी, म्हणजे सोनाच्या आईने पंढरीनाथशी लग्न केलं. अधुनमधून आपल्या बाबांकडे येणारा हा पंढरीकाका 'सोनाचा बाबा' झाला तरी त्याचं काका हेच नाव कायम राह्यलं. काकाने सोनाला इतका लळा लावला की तीनच वर्षांच्या सोनाला आपल्या वडिलांना विसरणं अजिबात कठीण गेलं नाही. इतकंच नव्हे, तर कधी कधी सोना पितृसुखाला पारखी झाली नसून मातृसुखाला आंचवली आहे की काय, असा संभ्रम विजयाबाईंना पडायचा.
“तुम्ही माझ्या प्रेमात पडला आहात असा माझा समज होता.”
“जीव टाकावा अशी सोना आहे की नाही?”
ह्या प्रश्नावर विजयाबाई गप्प बसायच्या. मग काका मोठ्यांदा हसून म्हणायचे,
“बायका मत्सरी असतात, असं ऐकून होतो. पण स्वत:च्या तीनच वर्षांच्या मुलीचा वाटाही त्यांना खपू नये, हे फक्त इथंच घडत असेल.”
“वाटेकरीण? हा प्रश्नच उद्‌भवतो कुठे? तुम्ही सगळे सोनाचेच आहात.”
“फक्त दिवसा.”
विजयाबाई लाजून चूर व्हायच्या.
सोनाला नेहमी कोडं पडायचं. रात्री ती काकाच्या कुशीत शिरायची. काका तिच्या केसांना रोज रात्री तेल लावून डोक्याला मस्त मॉलिश करायचा. एकीकडे मॉलिश आणि एकीकडे रोज नवीन गोष्ट. आपल्याला काकाप्रमाणे सोनाच्या वयाचं होता येत नाही, ह्याची विजयाबाईंना खंत वाटायची.
“हे असं माझ्यात उपजतच का नाही?”- असं त्या विचारायच्या.
काका म्हणायचा,
“उपजत नाही तर नाही, बिघडलं कुठं? - उपजत नसेल तर अनुकरण करावं.”
“तसंही वाटत नाही.”
“ह्याचा अर्थ तुमची खंत तेवढी तीव्र नाही.”

काकाचा आणखी एक गुण. कंटाळा हा शब्द त्याच्या कोशात नाही. रोज मॉलिश करायचं म्हणजे करायचं. गोष्ट सांगायची म्हणजे सांगायची. डोळा कधी लागला हे सोनाला कळायचं नाही. पण जाग येताक्षणी तिला कळायचं की डाव्या हाताला पलंगावर काका नाही आणि उजव्या बाजूला आई पण नाही. इतकंच कशाला, ती बेडरूम पण नाही. सोनाने जरा चाळवाचाळव केली की यशोदाबाईंचा हुकूम कानांवर पडायचा... 'झोप, उठायचं नाही...'

झोपेतल्या झोपेत ती यशोदाबाईंना बिलगायची. कालांतराने यशोदाबाईंच्या पातळाला सतत येणारा स्वयंपाकाचा वास तिला जाणवायला लागला. काकांच्या कपड्यांना नेहमी वेगवेगळा सुगंध लपेटलेला असायचा. डबलबेडवरच्या पांढऱ्या स्वच्छ चादरींचा मायाळू कुरकुरीतपणा, आपोआप पापण्यांवर झोपेची दुलई पसरायचा. रोज लागणाऱ्या गाढ झोपेत काकांचा मॉलिशचा, थोपटण्याचा, सुगंधाचा, नव्या नव्या गोष्टींचा आणि त्या पांढऱ्या स्वच्छ चादरींचाही कुरकुरीत वास असायचा. पण कालांतराने ह्या सगळ्याची संगत 'वनदेवीने स्वप्नांची मंदिरं' उघडेपर्यंतच आहे, ह्या सत्याची तिला ओळख झाली. यशोदाबाईंच्या पातळाला येणाऱ्या वासाची ज्या पहाटे तिला जाणीव झाली त्या दिवसापासून ती लांब झोपू लागली. प्रथम प्रथम काही दिवस ती सकाळी जाग येताक्षणी काकाशी बोलत नसे. काका तिची मनधरणी करायचा. ती गप्प बसायची. पण किती वेळ? 'रात्री येताना गोष्टीचं नवं पुस्तक आणणार', असं काकाने सांगितलं की अबोलीला शब्दफुलं यायची. हे सोनाच्या अंगवळणी पडलं. दिवसभर मायेचा वर्षाव करणाऱ्या काकाला तिने ही छोटी गोष्ट माफ केली. तिचा डोळा लागल्याची खात्री करून काका तिला हलक्या हाताने उचलायचा. त्या वेळी जाग आली तर सोना रडायची. नंतर किलकिले डोळे करून बघत राहायची; पण त्यानंतर काकाची गोष्ट संपली की तिच्या मऊ उशीसकट आणि आईच्या पातळाच्या गोधडीसहित यशोदाबाईंच्या शेजारी, वासापल्याड जाऊन झोपू लागली.

केव्हातरी विजयाबाईंनी काकाला विचारलं,

''तुम्हाला संसाराची, मुलांची इतकी आवड होती तर मग तुम्ही इतकी वर्षं लग्नाशिवाय कसे राहिलात हो?''

''खरं उत्तर देऊ की बरं वाटणारं देऊ?''

''खरं उत्तर.''

''मला कोणतंही कॉम्प्रमाईज न स्वीकारता, मनासारखी म्हणजे मनात भरलेलीच मुलगी हवी होती.''

''म्हणजे कशी?''

''पॅसेंजरला जसं 'ओ.के.' तिकीट हवं असतं तशी.''

विजयाबाईंनी मध्येच विचारलं,

''तुम्ही चिक्कार मुली पाह्यल्यात ना?''

''अजून पाहतो.''

''आठवड्यातून दोन दिवस एअरपोर्टवरच असता. तिथं तर काय? अप्सरांचा वर्षावच होतो. तोही विमानातून. म्हणजे आकाशातूनच. सौंदर्याला काय तोटा? प्रत्येक फ्लाइटगणिक फॅशन-शोच.''

''नॉट ऑलवेज.''

''असं कसं होईल?''

''होईल नाही, होतंच. आणि माणसाचं मन महाभयानक. जिभेपेक्षा. खलील जिब्रानला खरं तर हे कळायला हवं होतं.''

''मधेच जिब्रान कशाला?''

''जिब्रान उत्कृष्ट स्वयंपाकी होता. कारण त्याने पाकशास्त्रावरचं एकही पुस्तक वाचलेलं नव्हतं.''

''आलं लक्षात! स्वत:साठी व लेकीसाठी पाचशे-पाचशे रुपयांची पुस्तकं आणता. एक पाकशास्त्रावरचं पुस्तक माझ्यासाठी आणलंत तर ते काढलंतच. तुमच्याच जिभेचे चोचले पुरवायचे म्हणून...''

''तुला आता कसं पटवून देऊ? पुस्तकं वाचून सरगम कळते; पण संगीताचा कान तयार व्हायला सूरच झिरपावे लागतात. तसंच स्वयंपाकाचं. बाईच्या हाताचा गुण पुस्तकाच्या पानांना येत नाही. व्याकरण शिकून कवी तयार होतो का? कवीच्या प्रतिभेप्रमाणे शास्त्र बदलावं लागतं.''

''विषय बदलू नका. जिब्रानचं...''

''हां, तर त्याच्या मालकाने त्याला सर्वांत महाग, ज्याला साहेबी भाषेत 'डेलिकसी' म्हणतात, असा पदार्थ बनवायला सांगितला. त्याने बोकडांच्या फक्त जिभांचं मटण बनवलं. ते अप्रतिमच झालं. तरीही कारण विचारल्यावर तो म्हणाला, 'जीभ हा खरा महत्त्वाचा अवयव. जिभेच्या सामर्थ्यावर माणूस वक्ता होतो, नट होतो, गायक होतो. चार प्रेमाचे शब्द बोलू शकतो. दोन माणसांची मनं जुळवणारा, विचारांची देवाणघेवाण करणारा, माणसाला माणूस म्हणून ओळखायला लावणारा हा एकमेव अवयव.' बस! पाहुणे खूष. एकतर पदार्थ चविष्ट आणि निवेदन त्याच्यापेक्षा रुचकर. दुसऱ्या दिवशी यजमानांनी त्याच पाहुण्यांना जेवायला बोलावलं. जिब्रानला सांगितलं, 'काल तू अत्यंत महत्त्वपूर्ण अवयवाचं मटण बनवलंस. आज तितक्याच नगण्य अवयवाचं मटण बनवून दाखव.' जिब्रान 'ठीक' म्हणाला. पाहुणे आले. पुन्हा त्या पाककौशल्यावर खूष झाले. त्यांनी 'रेसिपी' विचारली. जिब्रान म्हणाला, 'हे सगळे जिभेचेच प्रकार आहेत. जिभेसारखा खतरनाक अवयव नाही.

माणसं भांडतात, युद्धं होतात, नातेवाईक दुरावतात, अभक्ष्यभक्षण करतात, अपेयपान करावंसं वाटतं हे सगळं जिभेमुळे. भाषा अत्यंत चांगली पण जीभ वाईट असते.' पाहुणे खूष. तर एकूण हे असं आहे.'
विजयाबाई काहीशा फणकाऱ्याने म्हणाल्या,
''खरं उत्तर द्यायचं नाही म्हणून लांबलचक बरं उत्तर दिलंत.''
''म्हणजे काय?''
''मुलगी कशी हवी होती, ह्या प्रश्नाला छान बगल दिलीत. एअरपोर्ट...''
''अरे हो, ते राह्यलंच. मला असं सांगायचं होतं की तिथं नेहमीच अप्सरेसारख्या बायका नसतात.''
''बरं, आणि ते मनाचं काय?''
''हां, तेच सांगायचं होतं. जिभेपेक्षाही अत्यंत निर्मळ, सात्त्विक, उदात्त, दिलदार आणि तितकंच क्रूर, हिडीस, भयानक असं मन असतं. तू आपला जिभेवरच वार कर, असं मी जिब्रानला म्हणालो असतो.''
विजयाबाई नुसतं पाहत राह्यल्या. मग काका पुढे म्हणाला, ''कधी कधी अतिशय गलेलठ्ठ, अजागळ, ओंगळ बायका, अत्यंत देखण्या इम्पोर्टेड वस्तू घेऊन विमानातून उतरतात. तेव्हा मनात येतं, ह्या कुरूप बायकांना इतकं चांगलं, समृद्ध जगण्याचा काय अधिकार आहे? त्यांच्या हातातल्या चांगल्या वस्तू हिसकावून घ्याव्याशा वाटतात. म्हणून म्हणतो, विजयाबाई, मन हा प्रकार वाईटच.''
विजयाबाईंनी न पटल्यासारखी मान उडवली. मग इरेला पडून काका म्हणाला,
''अगदी जवळच्या जवळच्या माणसांच्या बाबतीत त्यांच्या मरणाचे विचार मनात येत नाहीत?''
मुद्दा लक्षात येऊनही विजयाबाई म्हणाल्या,
''तसेच लांबच्या माणसांच्या बाबतीतसुद्धा येतात.''
''मान्य. पण तेव्हा आपण आपल्या मनाला चपराक मारीत नाही. आपल्याला दुसऱ्या क्षणी अपराध्यासारखं वाटत नाही. वाटतं का?''
''जाऊ दे. तुम्हाला नीट उत्तर द्यायचं नाहीए हे समजलं. मुलगी कशी हवी होती, ह्या माझ्या साध्या प्रश्नाला इतके फाटे फोडाल...''
विजयाबाईंना मध्येच थांबवीत काका म्हणाला,
''सोना इथं असताना खरं कसं बोलायचं? ती इथून जाईपर्यंत 'बरं' बोलणंच भाग होतं.''
''आता सांगा.''
''मला तुझ्यासारखी बायको हवी होती.''
विजयाबाई चमकल्या. हे उत्तर ध्यानीमनी नव्हतं. ह्या माणसाला आपण आवडतो

हे त्यांना माहीत होतं. राजाने परिचय करून दिला तेव्हाच काकाचे डोळे विलक्षण अर्थाने चमकल्याचं विजयाबाईंनी हेरलं होतं.

चित्राली कथा ऐकण्यात दंग झाली होती. सोनालीच्या कथनात काही विचारण्याची गरजही निर्माण झाली नव्हती. पण आता सोनालीला थांबवत तिने विचारलं, ''राजा कोण?''

''विजयाबाईंचा पहिला नवरा.''

शेवटचा घोट संपवीत सोनाली म्हणाली,

''आपण कोणत्या व्यक्तीला, कुठल्या कारणासाठी किती आवडतो हे बायका ओळखतात. राजाशी लग्न ठरलं तेव्हा काका त्या लग्नाला हजर नव्हता.

लग्नानंतर जवळ जवळ दोन महिन्यांनी राजाने परिचय करून दिला,

''हा माझा जिवाभावाचा मित्र.''

''जिवाभावाचे मित्र फक्त लग्नाला हजर नसतात.''

''अगं, तेव्हा तो अमेरिकेत होता. तो मला जवळचा मित्र मानतो पण तसा तो खूप बडा आहे. काय रे बरोबर आहे ना?''

काका गप्प राहिला. त्याच्या पोटात तर्जनी खोचत राजाने पुन्हा विचारलं,

''मी म्हणतो ते खरं ना?''

''मी बडा आहेच, म्हणून आता अमेरिकेत स्थायिक होण्याचा विचार आहे.''

''काय म्हणतोस?''

''अजून फायनल काहीच नाही. पण...''

''फायनल नाहीच करायचं. अमेरिकेत काय सोनं लागलंय? इथंही आता तसं काही कमी नाही.''

राजाची नजर चुकवीत पण विजयाबाईंकडे एकटक पाहत काका म्हणाला,

''खरं आहे. इथंही खूप काही आहे.''

त्या वाक्याने आणि काकाच्या नजरेने विजयाबाई चमकल्या. ह्या माणसाला अंतरावर ठेवायच्या. जितक्यास तितकं. काका अमेरिकेत गेला तर उत्तमच. सुंठीवाचून खोकला गेला.

पण सावधगिरीचे कोणतेच पवित्रे विजयाबाईंना घ्यावे लागले नाहीत. खुद्द काकानेच सगळं नातं जितक्यास तितकं ठेवलं होतं. काका त्या दोघांना नाटक-सिनेमाला घेऊन जाई. क्वचित लोणावळा, कधी महाबळेश्वर अशा ठिकाणी दोन दोन खोल्या बुक करून तो त्यांना वीकएन्डस्ना नेत असे; पण हे सगळं करताना एक विलक्षण अलिप्तता आणि सावधगिरी असे. एकटा राजा काकासमवेत असला की त्यांच्या गप्पांना उधाण येत असे; पण विजयाबाईंनी बैठकीत पाऊल टाकलं की काका

कासवाप्रमाणे आखडून बसायचा. काकाचं वाचन अफाट, व्यासंग दांडगा, मैफल जिंकण्याचं कर्तृत्व तितकंच. लोकसंग्रह अचाट. ऐकत राहावं असं बोलण्याचं कसब. न राहवून राजा विजयाला हाक मारून सांगायचा,

''तू इथं आमच्यात थांबत जा ग. हा काका म्हणजे एक एन्सायक्लोपिडिया आहे. तुझ्यासाठी महिन्यातून एकदा तरी हे असं आउटिंग करतो तर तू लांब राहतेस. काका म्हणजे ज्ञानसागर. काका, मघाचीच हकीगत पुन्हा सांगायची. न्यूयॉर्कला उतरलात तिथपासून.''

काका पुन्हा सांगत असे; पण त्यातली किक नाहीशी झालेली असायची. मऊ पडलेल्या फरसाणाप्रमाणे त्या हकीगती वाटायच्या.

केव्हातरी विजयाबाईंनी राजाला सांगितलं,

''तुमच्या गप्पागोष्टींत तुम्ही मला ओढत जाऊ नका.''

''का?''

''मी समोर आले की तुमचा काका गप्प राहतो. तुम्ही त्याला माझ्यासाठी काही ना काही सांगायला लावता. ते त्याला मनाविरुद्ध दुसऱ्यांदा सांगावं लागतंय, हे त्याच्या चेहऱ्यावर स्पष्ट दिसतं.''

''घरबसल्या तुला वेगवेगळ्या गोष्टींची माहिती मिळावी म्हणून ही धडपड.''

''त्याला माझी कंपनी आवडत नसेल तर?''

''मग प्रत्येक ठिकाणी त्याने आपल्या दोघांना नेलंच नसतं. न सांगता तुझं तिकीट काढलं नसतं.''

''ते तुमचं मन सांभाळण्यासाठी.''

''आता विचारीन काकाला.''

''काकाला सांगा, मला कुठेही 'गिफ्ट' म्हणून वावरायला आवडत नाही.''

''म्हणजे काय?''

''काही काही कंपन्या त्यांची एक प्रमुख गोष्ट विकत घेतली की त्याबद्दल 'गिफ्ट' म्हणून काहीतरी देतात. त्या फुकट मिळालेल्या वस्तूला स्वत:चं वजन नसतं.''

राजा बायकोकडे बघत राह्यला. विजयाबाई पुढे म्हणाल्या,

''आणखीन हेही सांगा, कधी कधी मूळ वस्तूपेक्षा त्या वस्तूबरोबरचं गिफ्ट जास्त आकर्षक असतं. गिफ्ट मिळवावं तर ती बंडल वस्तू गळ्यात पडते. इथं समजा, तसा काही हिशोब असेल, तर तो फारच मानहानीचा ठरेल. मैत्रीच्या व्याख्येचीच ती विटंबना होईल.''

''अग पण...''

''राजा, मैत्रीतही अस्मिता टिकली पाहिजे.''

''रिझर्वेशन्सचा विचार आला की ती मैत्रीच नव्हे.''

"मान्य. म्हणूनच सांगते, सर्वस्व बहाल करणारा मित्र लाभला तर त्या मित्राची अस्मिता दोघांनी मिळून सांभाळली पाह्यजे."

"ते सगळं ठीक आहे. तरीही सांगतो, तुला जसा तो वाटतो तसा तो नाही. त्याच्या मनात तुझ्याबद्दल वेगळं स्थान आहे."

राजाने ही हमी दिली, पण काकाबद्दल विजयाचा जो अनुभव होता त्यात फरक पडला नाही. राजाशी तो जसा एकरूप होत असे तसा तो आपल्या उपस्थितीत बेभान होत नाही, हा तिचा अनुभव कायम तसाच राहिला. काकाचा त्या संसारावर जीव होता. पण तरीही तो एकीकडे काहीतरी जपतोय, स्वत:ला बजावतोय, असं वाटायचं. राजाच्या घरी जाण्याचं तो हेतुपुरस्सर टाळत असे. राजाच्या आणि त्याच्या बैठकी कायम काकाच्या ऑफिसात होत असत. त्यासाठी व्यावसायिक कारण ठरलेलं–

"अरे, मला वेळीअवेळी फोन येतात. म्हणून मी ऑफिस सोडू शकत नाही," हे तो नेहमी सांगायचा.

ह्या माणसापासून सावध राहायचं हे विजयाबाईंनी पहिल्या भेटीत ठरवलं होतं; पण सावधगिरीचे खास पवित्रे त्यांना घ्यावे लागले नाहीत. राजा घरात नसताना जर काका आला तर पुष्कळदा तो घरात न येता गाडीत बसूनच पुस्तक वाचत बसायचा. पुस्तकं म्हणजे काकाचे श्वासोच्छ्वास. प्रथम प्रथम विजयाबाई हाका मारून थकायच्या. कालांतराने त्यांनी ते बंद केलं. त्यातूनही काका घरात येऊन बसलाच तर पुस्तकासकट येत असे. हा प्राणी ह्या घरावर प्रेम करतो. राजाशिवाय काकाला चैन पडत नाही. कसलं ना कसलं निमित्त करून हा प्रेझेन्ट्सचा वर्षाव करतो. पुष्कळशा वस्तू परदेशी असतात. नावं ठेवायला जागा नाही. काकाची नजर क्वचित केव्हातरी आपल्यावर स्थिर होते तेव्हा वेगळं बोलते, पण हा प्राणी स्वत: काहीच बोलत नाही. हा आपल्याला का टाळतो? योगायोगाची गोष्ट असेल तर वेगळं; पण जे एखाद्या दिवशीच घडतं त्याला 'योग' म्हणतात. रोज कोणती ना कोणती असते ती तिथी. त्यात चांगले वा कठीण योग येतात ते एखाद्याच दिवशी. काकाशी बोलण्याचा योग एकदा आला. आला म्हणजे विजयाबाईंनी तो आणला. नजरेने वेगळं बोलणारा काका तोंडाने साधं व्यावहारिक पण का बोलत नाही हे विजयाने विचारायचं ठरवलं. ज्याला ती लांब ठेवणार होती, त्याच माणसाला ह्या परकेपणाबद्दल विचारायचं ठरवलं. विजयाबाईंच्या वाढदिवसाला काका त्या दोघांना बोटक्लबवर घेऊन गेला. राजाला कुणीतरी हाक मारली म्हणून राजा त्या मित्राकडे गेला. सरळ सरळ हाक मारीत विजयाने विचारलं,

"काका, एका प्रश्नाचं उत्तर सारवासारवी न करता सरळ द्यायचं."

"बोला."

"तुम्ही मला का टाळता?"
"कोण. मी?"
"मला टाळता एवढं तर मान्य आहे?"
काका नुसता हसला.
"आता का ते सांगा. मी तुम्हाला आवडत असावी असा माझा अंदाज."
"कशावरून?"
"माणूस बोलेनासा झाला की नजर वाजवीपेक्षा जास्त बोलते. नीट ऐका, वाजवीपेक्षा."
"पण..."
"नजर जेव्हा बोलू लागते तेव्हा ती बघायचं काम करत नाही. स्वत:चं नेमून दिलेलं काम ती बाजूला ठेवते."
"तुम्ही छान बोललात."
"हे झालं विषयांतर. मला बोलता येत नाही. अनवधानाने चांगलं वाक्य गेलं असेल, तर तो तुमच्या न दिलेल्या सहवासाचा, पण सातत्याने दिलेल्या विचारांचा प्रभाव आहे."
"तुम्ही असं का बोलताय?"
"तेही तुम्हाला माहीत आहे. ते बोलणं खरं आहे हेही तुम्ही जाणून आहात. म्हणूनच तुम्ही खरं उत्तर देत नाही आहात. तुम्हाला उत्तर सुचतही नसेल."
काका गंभीर होत म्हणाला,
"खरंखुरं उत्तर कधीकधी जिभेच्या टोकावरच असतं. वाणीचा ट्रॅक अडवून बसतं. सिग्नल मिळाल्याशिवाय काही करता येत नाही. सायडिंगला आख्खी गाडी असली तरी काही प्रश्न नसतो; पण आपल्याच ट्रॅकवर एखादा डबा असला तर..."
"ट्रॅक रिकामा समजा, सिग्नल मिळाला आहे असं माना आणि काय ते सांगा."
काका बसलेल्या आवाजात म्हणाला,
"आज नको. पुन्हा केव्हातरी. मी तुम्हाला टाळतो ही गोष्ट खरी आहे इतकंच आज कबूल करतो. का टाळतो याचं उत्तर संपूर्ण आयुष्यात, जर मनाजोगती वेळ आली तर सांगेन."

ती वेळ आली नाही. त्यापूर्वी राजाच्या घरात पाळणा हलला. गर्भारपणात आणि नंतरही लागणारी काही खास औषधं काकाने परदेशातून मागवली. विजयाबाईंशी काहीही न बोलणारा काका, सोनावर प्रेमाचा वर्षाव करू लागला. तो तिला सांभाळायचा, फिरायला न्यायचा, खेळवायचा, इतकंच नव्हे तर स्वत:च्या घरी तिला एकटीला मुक्कामालाही न्यायचा. आंघोळीपासून, त्याचा जो काही आवाज असेल, त्या आवाजात अंगाईगीतं म्हणून झोपवणं ही सगळी कामं तो भक्तीने करायचा.

प्रपंचाचा कोणताही अनुभव नसलेला काका, त्याला संगोपनाचं शास्त्र अवगत कसं ह्याचं उत्तर विजया, राजा आणि खुद्द काका ह्यांपैकी कुणाजवळही नव्हतं.

राजाच्या एका वाढदिवसाला असाच महाबळेश्वरचा बेत ठरला. सकाळी सकाळी काकाने गाडी काढली. चेष्टा-मस्करी, गप्पा-गाणी आणि सोनाचे चिमखडे बोल...महाबळेश्वर कधी आलं समजलं नाही.
नेहमीच्या हॉटेलातल्या जेवणाची सुस्ती ओसरायच्या आत काकाने विचारलं,
''क्षेत्र महाबळेश्वरला येणार का?''
''चला.''
सगळी निघाली; पण अर्ध्या वाटेवरच राजाचं डोकं एकाएकी दुखू लागलं.
''सोना, बाबाच्या कपाळाची पापी घे, म्हणजे त्याचं दुखणं कुठल्याकुठे पळेल.''
सोनाने पापी घेतली. काकाने त्याला ॲनासिन दिलं. जेमतेम पाच मिनिटं राजाला बरं वाटलं. इतरांचा हिरमोड नको म्हणून त्याने चेहरा हसरा ठेवायचा प्रयत्न केला. पण नंतर ते त्याच्या हातात राह्यलं नाही.
''तुम्हाला खूप त्रास होतोय ना?''
राजाने मान हलवताच काका म्हणाला, ''अरे, मोकळेपणी बोल की? संकोच कसला?''
काकाने गाडी पुण्याकडे वळवली. राजाला आता डोकेदुखी पेलवत नव्हती. कपाळावर तो बुक्क्या मारून घ्यायला लागला. कण्हू लागला आणि पाचगणी यायच्या आतच त्याला उलटी झाली.
पुण्याला सुजाता नर्सिंग होमकडेच सरळ गाडी वळवण्यावाचून गत्यंतर नव्हतं; पण राजाची अवस्था पाहून डॉ. नेरकर म्हणाले, 'टेक हिम टू जहांगिर नर्सिंग होम.'
तिसऱ्या दिवशी राजाने सगळ्यांचा निरोप घेतला.

काका त्यानंतर विजयाबाईंना भेटला तो राजाचा इन्शुरन्स क्लेम आल्यावरच. ते काम त्याने महिन्यातच केलं. तोपर्यंत विजयाबाईंनी 'वैधव्य' ही आपली कायमची पदवी हे सत्य पचवलं होतं. सासरच्या आणि माहेरच्या माणसांचं सांत्वनाचं कार्य संपलं होतं. 'सोनाकडे बघून तुम्ही दुःख आवरतं घेतलं पाह्यजे' हे वाक्य इतके वेळा, इतक्या लोकांनी ऐकवलं होतं की आता अंगावर रॅश येण्याचं बाकी राह्यलं होतं. काका भेटायला आला तेव्हा तो एकही वाक्य बोलला नाही. तो तासभर नुसता बसून राह्यला. प्रसंगाचं गांभीर्य तीनच वर्षांच्या चिमुरडीला समजलं होतं. ती काकाच्या मांडीवर शांत बसून होती.
''राजाच्या बँकेने मला नोकरी देऊ केली आहे.''

"उत्तर पाठवलंत?"

"नाही."

विषय निघाला तो व्यावहारिक. विजयाबाईंना रडायचं नव्हतं आणि काकाही सांत्वन करण्याच्या मन:स्थितीत नव्हता.

शरीर हे एकच साम्राज्य असं आहे आणि इतकं महाकाय आहे की त्याला एक राजधानी पुरत नाही. आवेग आणि विवेक ह्या दोन राजधान्यांचा अंमल इथे चालतो. एकमेकींचं अस्तित्व आणि महत्त्व दोघी जाणतात. एकमेकींचं एकमेकींवर अतिक्रमणही होतं. त्या वेळी संपूर्ण साम्राज्य जिचं प्राबल्य जास्त तिच्या स्वाधीन केलं जातं. राज्याचं होणारं नुकसान नंतर दोघीही भरून काढतात. अधिकार आणि अंमल ह्यात ज्या राजधानीची सरशी होईल, त्या प्रमाणात साम्राज्याचा डोलारा टिकतो किंवा कोसळतो. विवेक ह्या मुख्यमंत्र्याचे पाच सल्लागार. दूरदृष्टी, निश्चय, संयम, एकाग्रता आणि सातत्य. आवेगाचं राज्य अनेकांच्या हातात. एका राजधानीत काहीशी हुकुमशाही तर दुसरीत संपूर्ण लोकशाही. षड्रिपूंच्या मंत्रिमंडळावरोबरच प्रलोभनं, जाहिरात, प्रसिद्धी, अपेयपान, भ्रष्टाचार ह्या सगळ्यांचं थैमान आहे. इथंही दोन्ही राजधानींतले मंत्री एकमेकांच्या राज्यात दौरे काढतात. शिष्टमंडळं पाठवतात; पण ते स्वत:च्या स्वार्थासाठी नसून साम्राज्य टिकावं म्हणून. साम्राज्यापेक्षा दोन्ही राजधानींत स्वत:चं पद मोठं मानलं जात नाही.

काका आणि विजयाबाई आता सावरल्या होत्या. दु:खावेगाने दोघांचंही साम्राज्य विलयाला गेलं होतं; पण आता हलके हलके दोघांनीही राज्याचा कारभार दुसऱ्या राजधानीकडे द्यायला सुरुवात केली होती. म्हणूनच दीर्घ कालावधीनंतर झालेल्या भेटीत प्रथम विषय निघाला तो व्यवहाराचा.

काकाने विचारलं,

"उत्तर पाठवून द्या."

"तुम्हालाच विचारायचं होतं."

"मन गुंतवण्यासाठी व्यवसाय हवाच. फक्त सोनाचा प्रॉब्लेम सोडवायला हवा."

"राजाचे आईवडील मुलगी मागताहेत आणि माझी आईही सांभाळायला तयार आहे."

"मग?"

"वडिलांचं छत्र नियतीने नेलं आणि नोकरी पत्करली तर आईची फारकत व्यवहार करील."

काका पटकन बोलून गेला, "तुम्ही नोकरी करू नका. सोना भांबावून जाईल. करपून जाईल."

"दोघींचा भार कुणावर टाकू?"

काका गप्प राह्यला.
"दिवस कसा तरी ढकलते. संध्याकाळ व्हायला लागली की भीती वाटते. अंधार, अंधार...! काही सुचत नाही. कुठे ना कुठे भटकण्याची तुम्ही सवय लावलीत. तुम्हीही महिनाभर फिरकला नाहीत."
"इतक्या शांतपणे बसता आलं असतं का?"
विजयाबाई गप्प राहिल्या.
"सांत्वनकारांचा दम उखडेपर्यंत थांबलो होतो."
"त्यांच्याच तावडीतून सुटका हवी होती. भाबड्या प्रश्नांचा आणि कर्तव्य म्हणून केलेल्या चौकशीचा उबग आला होता. प्रथम चौकशा नंतर उपदेश. 'तुम्ही महाबळेश्वरला गेला नसतात तर बरं झालं असतं' इथपासून काहीही! प्रत्यक्ष दुःखापेक्षा ही जी संयमाने उत्तरं द्यावी लागतात, त्याचाच थकवा जास्त येतो. आजही कुणीतरी येणारच आहे, ताजा कळवळा घेऊन. काय करू?"
"ह्या क्षणी बाहेर चला."
युक्तीप्रयुक्तीने काकाने विजयाबाईंना बाहेर काढलं; पण दाराला कुलूप लावता लावता एक गृहस्थ आलेच. नमस्कार करीत ते म्हणाले,
"आपली फार ओळख नाही. राजा माझ्या मावसबहिणीचा मुलगा. तुला फक्त लग्नात पाह्यली होती. मी कान्हेरे. बापूमामा म्हणून मला ओळखतात. ह्यांचा परिचय...?"
– विजयाबाईंनी त्रोटक परिचय करून दिला. मान हलवीत बापूमामाने विचारलं,
"तुम्हाला महाबळेश्वरला नेणारे?"
काका मध्येच म्हणाला,
"होय, मीच तो. आत्ता ह्यांना डॉक्टरकडे नेतोय. काही खास काम नसेल तर सवडीने या."
बापूमामा काहीसा तणतणतच गेला.
पुष्कळ दिवसांनी सोनाला तिचा काका परत मिळाला.

काका आणि विजयाबाईंचं काहीतरी आहे, ही बातमी पसरवण्याचं सोशल वर्क बापूमामाने कर्तव्याने पार पाडलं. मग पुन्हा एकवार सगळे सांत्वनकार जमले. मार्गदर्शनाचा पोर्टफोलीओ त्यांनी आपणहोऊनच हातात घेतला. राजाला मारायलाही काका कमी करणार नाही, 'काका' संबोधनाची ऐतिहासिक परंपरा तीच आहे इथपर्यंत ह्या चांभारचौकशी समितीने तर्क मांडले आणि सहाच महिन्यांच्या आत जेव्हा काकाने विजयाबाईंशी लग्न केलं तेव्हा ह्या तर्कावर सगळ्यांनी शिक्कामोर्तबही केलं. धिस इज अवर सोसायटी. कंटाळलीस का?"

सोनालीने निवेदनातला एक टप्पा ह्या प्रश्नाने संपवल्यानंतर जोरात नकारार्थी मान हलवली. तिच्या वैयक्तिक संकटापासून, दु:खापासून कितीतरी अंतरावर सोनालीने तिला आणलं होतं. चित्राली थक्क झाली होती. इतके पेग्ज होऊनही सोनाली शांत होती. तिचे शब्द अडखळत तर नव्हतेच; पण ते अस्पष्टही झाले नव्हते. त्या शब्दांना नेमकेपणा होता. अलिप्तपणे सोनाली सगळं सांगत होती. पण त्यात जहरी उपहास होता. सोनालीचा आवाज मंजूळ होता. अगदी सौम्य आवाजात कुणीतरी धून वाजवत आहे, असं वाटत होतं. तिने सांगतच राहावं. सोना, काका, विजया आणि राजवट अकाली संपलेला राजा, सगळ्यांनी आपल्याभोवती भक्कम गोफ गुंफला आहे, असं चित्रालीला जाणवत होतं. त्याचं सगळं श्रेय सोनालीच्या अलिप्त कथनकौशल्याला होतं.

''तुम्ही दमला असलात तर थांबू या.''

''डोण्ट वरी अबाऊट मी!''

''मग सांगा.''

सोनालीचा हात बाटलीकडे गेल्यावर चित्राली गडबडीने म्हणाली,

''तुम्ही बोलत राहा पण घेऊ नका.''

तिचा हात हलकेच दूर करीत सोनाली म्हणाली,

''त्याचीही चिंता करू नकोस.''

शांत, धीम्या आवाजात सोनालीने प्रारंभ केला–

विजयाबाईंना आणि सोनाला घेऊन काका आपल्या घरी आला. कपाळाला आठ्या न घालता यशोदाबाईंनी दोघींचं स्वागत केलं. यशोदाबाईंनी 'माय मरो, मावशी उरो' ही म्हण सार्थ करून काकाचं संगोपन केलं होतं. लग्नाचं वय उलटून जात असताना काका लग्न का करीत नाही, हे शंभरदा विषय काढूनही काका सांगत नव्हता. राजा आणि विजयाच्या सुखी संसाराचं उदाहरण तर त्या अनेक वेळा देत असत. तो मान उडवून निघून जायचा. काकासारख्या मुलाला मनमिळाऊ बायको मिळेल की नाही, ह्या चिंतेने तर त्यांनी अनेक रात्री बरबाद करून घेतल्या होत्या. काकाने विजयाबाईंसारख्या विधवेला पत्करलं हे एरवी कदाचित त्यांना रुचलं नसतं; पण विजयाबाईंच्या मनमिळाऊ स्वभावाची जी प्रचंड खात्री होती, त्या जमेच्या बाजूवरच यशोदाबाईंच्या कपाळावर आठी चढली नाही. काकाला सुखी करण्याची हमी विजयाबाईंच्या व्यक्तिमत्वात होती, वृत्तीत होती.

आपल्या मैत्रीबाबत वर्तुळातली आणि वर्तुळाबाहेरची माणसं काय काय तारे तोडतात हे विजयाबाईंनी काकाला भीत भीत सांगितलं होतं, तेव्हा काकाने त्या

क्षणी विचारलं होतं,
“मी येणं-जाणं बंद करू का?”
“जे बोललं गेलं त्यात आता फरक पडणार आहे का?”
“तुम्हाला ते ऐकवत नसेल तर...?”
“आता सवय झाली.”
“वाईट गोष्टीची आपण सवय करून घेतली ह्याचाही मन:स्ताप होऊ शकतो.”
“ती आपल्या मैत्रीची मी किंमत समजते.”
त्यानंतर काकाने अचानकपणे विचारलं होतं,
“माझ्याशी लग्न कराल का?”
विजयाबाईंनी ‘हो’ म्हटलं होतं.

आपलं दुसरं लग्न असलं तरी काकाची ही पहिली रात्र आहे, ह्या सत्यात फरक होऊ शकत नाही. काका सोनाबरोबर गप्पागोष्टी करण्यात दंग झाला होता. पोरगी खूप दिवसांनी खेळत-बागडत होती. अनेक रात्रींचा, नव्हे एका न संपणाऱ्या अंधाऱ्या रात्रीचा शेवट झाला होता. काका आणि आपण आता एकाच घरात राहणार, ह्या कल्पनेनेच सोना हरवून गेली होती. ‘बाबा आता आपल्याला देवाने भेटायची परवानगी दिल्याशिवाय भेटणार नाही, ह्याचा नक्की अर्थ काय ते त्या जिवाला समजलं नव्हतं; पण ज्या अर्थी भेटायला येणारी प्रत्येक व्यक्ती रडत होती, त्या अर्थी देव पुष्कळ दिवस परवानगी देणार नाही, असं वाटत होतं. आता काकाला सोडायचं नाही.’ सोनाला बागडताना पाहून विजयाबाईंना, आपण लग्नाला तडकाफडकी होकार कशासाठी, कुणासाठी दिला, ह्याचा उलगडा झाला. गाढ झोप लागलेल्या सोनाला काकाने यशोदाबाईंच्या कुशीत नेऊन ठेवलं आणि विजयाबाई नंतरच्या दिव्याला सिद्ध झाल्या.
काका तृप्तीने झोपला. विजयाबाईंनी आपल्या अंगावरचा त्याचा हात दूर केला. त्यांना झोप येणं शक्य नव्हतं. सोनाचं भविष्य सुखाचं ठरावं ह्यासाठी आपण काकाला होकार दिला, हे त्यांना तासापूर्वीच जाणवलं होतं. काकाच्या स्पर्शाने त्यांच्या शरीरात कोणतीही स्पंदनं निर्माण झाली नाहीत. काकाला संशय येऊ नये किंवा त्याच्या मनावर परिणाम होऊ नये म्हणून त्यांनी बेभान झाल्याचं, उत्कटतेचं नाटक वठवलं. समागमाच्या तृप्त थकव्यापेक्षा संगमोत्सुक मन:स्थितीच्या अभिनयाचा तीव्र ठणका शरीरभर पसरला होता. फसवणुकीचं शल्य त्याच्यातच एकजीव झालं होतं आणि त्याहीपेक्षा उरलेल्या आयुष्यात ही भूमिका किती वेळा पार पाडावी लागेल, ह्याची भयाण भीती मनात दबून राह्यली होती.
काकाला अस्मान ठेंगणं झालं होतं. त्याचं आयुष्य ह्या लग्नाने परिपूर्ण झालं होतं.

सोना आणि विजयाबाईंवर न पेलणाऱ्या प्रेमाचा वर्षाव चालला होता. विजयाबाई फुलून आल्या होत्या. काकाच्या प्रत्येक कृतीला, हालचालींना त्यांच्याकडून तसाच प्रतिसाद मिळत राह्यला; पण फक्त दिवसा. खास त्या दोघांचे असे क्षण असत त्या क्षणी त्या भेदरून जात असत. तिथं त्यांना प्रतिसादाचं नाटकच करावं लागे. त्यात अर्पणभावाऐवजी उपकाराची जाणीव आणि परतफेडच असायची. मनाची साथ नसली की शरीर कसं बंड करतं, ह्याचा जीवघेणा अनुभव प्रत्येक मीलनाच्या वेळी येऊ लागला. जोडीदार हवाहवासा वाटणं ही संसाराची, समागमाची केवढी प्रचंड गरज आहे, ह्याचं आकलन त्यांना फार उशिरा झालं. कोणत्याही संकटाच्या निवारणासाठी मनाने कौल न दिलेला पुरुष, नवरा म्हणून स्वीकारणं हा पर्याय होऊ शकत नाही. उलट, मनपसंत जोडीदार लाभला तर कोणत्याही संकटाला धार उरत नाही. रात्रीच्या पंधरा-वीस मिनिटांचं सावट दिवसभर राहू लागलं. संध्याकाळच्या सरकत्या सावल्या रोज मान आवळू लागल्या.

वर्ष-दीड वर्ष काका स्वत:तच दंग होता. विजयाबाईंना जेव्हा फुलण्याचं नाटक पेलेनासं झालं तेव्हा काका सावध होऊ लागला; पण तरीही पुष्कळ दिवस त्याला मूळ कारण सापडलं नाही. म्हणूनच विजयाबाईंनी जेव्हा विचारलं, 'तुम्हाला मुलगी कशी हवी होती?' तेव्हा काका पटकन म्हणाला, 'मला तुझ्यासारखीच बायको हवी होती.'

"एअरपोर्टवर इतक्या बायका बघता..."

"त्यामुळे तू जास्त जास्त आवडत जातेस."

विजयाबाईंनी पुष्कळ विचार करीत विचारलं,

"समजा...'

तिच्या ओठांवर हात ठेवीत काका म्हणाला,

"तुझा प्रश्न मला माहीत आहे. राजाला दीर्घायुष्य लाभलं असतं तर मी अविवाहित राहणार होतो."

आश्चर्याचा धक्का बसल्याने विजयाबाईंनी काकांच्या दंडाला स्पर्श करीत विचारलं,

'खरंच!'

"इतकंच नाही तर अमेरिकेत स्थायिक होणार होतो."

"का?"

"एकाच गावात राहून तुमच्यापासून लांब राहताना मला फार त्रास होत होता."

अचानक उलगडा होऊन विजयाबाईंनी विचारलं,

"मला टाळत होतात ते ह्याच कारणासाठी?"

काका गप्प राहिला.

"माझ्यात असं काय आहे?"

काका म्हणाला,

''हवेत ऑक्सिजन असतोच. पण माशाला पाण्यातलाच ऑक्सिजन शोषून हवा असतो. मला तूच हवी होतीस आणि एक व्यक्ती नियती एकदाच जन्माला घालते. राजाने तुझी ओळख करून दिली त्याच क्षणी मनात आलं, जी आपली व्हायला हवी होती ती राजाला मिळाली. तो वरचा न्याय मी मानला. गप्प बसलो.''

विजयाबाईंचं मन भरून आलं. पाठोपाठ डोळे. एवढ्या मोठ्या मनाच्या माणसाला सर्वस्व द्यावं. आपण सगळं देतच आहोत. ते खरं नाही. मन दिलं नाही तर काहीच दिलं नाही.

आजवर करत आलेली चूक आज रात्री करायची नाही.

पण हे विचार फक्त दिवसभर राह्यले. संध्याकाळच्या लांब लांब जाणाऱ्या सावल्यांनी विजयाबाईंचं मनही थेट क्षितिजापाशी नेऊन ठेवलं. शरीरातल्या दोन राजधान्यांनी मांडलेलं युद्ध त्यांना पेलवेना. साम्राज्य कुणाच्या स्वाधीन करावं, हा संघर्ष संपायच्या आतच काकाने तिला मिठीत घेतलं. त्या क्षणी विजयाबाईंना हुंदक्यावर हुंदके येऊ लागले.

''विजू, विजा, काय झालं?''

त्यांनी उत्तर दिलं नाही.

''माझी शपथ आहे.''

''मला काही विचारू नका. बोलायला भाग पाडू नका. मला एकटं राहू दे.''

''मी तुला जरूर एकटं सोडीन; पण दुःखात सोडणार नाही. मला तू काय झालं ते सांग. नंतर एकटी राहा. मी तुला त्रास देणार नाही.''

''तुम्ही काही बोलूही नका.''

''एकमेकांची दुःखं आपण एकमेकांनाच सांगायची आहेत.''

''तरी सगळ्या गोष्टी बोलता येत नाहीत.''

''तेच पटत नाही.''

''पटलं नाही तर तसं असतं.''

''आपल्या संसारात तसं काही असता कामा नये.''

''तरीही काही काही दुःख केवळ ज्याची त्यालाच निभावून न्यावी लागतात.''

''निभावून तूच ने. मला फक्त सांगायला काय हरकत आहे?''

विजयाबाई गप्प राह्यल्या.

''विजू, प्लीज... प्लीज... तू काहीतरी माझ्यापासून लपवून ठेवणं हा मला माझा पराभव वाटतो. इन्सल्ट वाटतो.''

''माझ्या दुःखाला तुम्ही कारणीभूत नाही आहात, इतकंच मी सांगते. म्हणजे तुम्हाला अपराधी वाटायचं कारण उरणार नाही.''

''निव्वळ इतक्यावर समाधान मानणार नाही मी, हे तुला आजवरच्या सहवासावरून समजावं, असं मला वाटतं.''

''तुम्हालाच जपायचं म्हणून काही सांगत नाही.''

''मला जपायचं ते डोळ्यांत पाणी येण्यापूर्वी. कुणाच्याही डोळ्यांतून पाणी ओघळताना दिसलं की त्यापाठोपाठ मला शब्दांतूनच जे दु:ख असेल ते समजावं लागतं. कारण कोणताही इलाज त्यानंतर सुरू होतो.''

''काही दु:खांवर इलाजच नसतो तेव्हा?''

'नाईलाज आहे, हेही शब्दांनीच व्यक्त होतं.''

''ईलाज नाही हे माझं मला नक्की माहीत आहे. मग तुम्हाला सगळं सांगून मनस्ताप का देऊ?''

''तुला रडताना पाह्यलं तेव्हा चिंता सुरू झालीच आहे. त्यात आता, तू मलाही सगळं सांगू शकत नाहीस, ह्याचा जास्त त्रास होईल.''

खूप जड मनाने विजयाबाई म्हणाल्या,

''मी तुम्हाला आत्तापर्यंत काहीच दिलं नाही.''

त्या क्षणी त्यांना मिठीत घेण्याचा प्रयत्न करीत काका म्हणाला,

''तू मला किती दिलं आहेस...'' वाक्यं पुरं व्हायच्या आत विजयाबाई काकाच्या मिठीतून लांब झाल्या.

''ये ना.''

''उंहूं!''

''मी आवडत नाही का?''

''मला तसं काही विचारू नका.''

काका जवळ सरकला. विजयाबाई आणखीन अंतर ठेवून बसल्या. 'माझा स्पर्श आवडत नाही का?'– ह्या काकाच्या प्रश्नावर त्यांना हुंदक्यावर हुंदके येऊ लागले. त्या क्षणी परिस्थितीची जाणीव होऊन काका पुटपुटला,

''ओह, आय सी.''

काहीसं सावरीत विजयाबाई म्हणाल्या, ''म्हणूनच मी तुम्हाला कधीच काही सांगणार नव्हते.''

''मग काय, आयुष्यभर फक्त नाटकच करणार होतीस? तेही माझ्याशी?''

''तुम्ही मला खूप आवडता. गेल्या दोन वर्षांत मी प्रत्येक क्षणी नाटक केलेलं नाही. तुम्हाला तसं कधी वाटलं का?''

''नाटक नाही...मग?''

''मी प्रत्येक बाबतीत साथ देऊ शकत नाही.''

''लक्षात आलं, प्रत्येक बाबतीत म्हणजे जे अगदी तुझे-माझेच क्षण असतात

तेव्हा...''

विजयाबाई गप्प बसल्या. त्या आता रडत नव्हत्या. विषय निघालाच होता. आता त्या मोकळं होत होत्या. सावल्या वितळून जात होत्या. आता फक्त नंतरच्या परिणामांना तोंड द्यायचं. एका मोठ्या संघर्षाच्या, असंतोषाच्या प्रवासाचा आरंभ होणार होता. कदाचित मनाविरुद्ध होणाऱ्या शरीरसुखातून सुटकाही झाली असती. जे होईल ते.

''बोल ना.''

''तुमचे-माझे क्षण नाही. फक्त तुमचेच.''

विजयाबाईंच्या या स्पष्ट विधानानंतर काका डबलबेडवरून उठला आणि खिडकीजवळच्या सेमी-इझी चेअरवर बसला. अत्यंत सावध आणि कोरड्या आवाजात त्याने विचारलं,

''अगदी पहिल्या रात्रीपासून तुझी हीच भावना होती, असं समजू?''

''पहिल्या रात्री ते मला जाणवलं.''

''तू लग्नाला होकार का दिलास?''

विजयाबाई गप्प बसल्या. काका एकेक शब्द उच्चारीत म्हणाला,

''आज, आत्ता, ह्या क्षणी एकच गोष्ट करायची. अत्यंत खुल्या मनाने, मी काहीतरी वेडीवाकडी गोष्ट करेन, असली खुळचट शंका न बाळगता, मोकळेपणी बोलायचं. कमीत कमी खुल्या संवादाची अपेक्षा करण्याचा मला नक्की अधिकार आहे आणि बोलशील ते सहन करायचा सुसंस्कृतपणा माझ्याजवळ आहे, असं मी मानतो. त्याच्यावर जरी विश्वास ठेवलास तरी सार्थक झालं. तेव्हा सांग, लग्नाला होकार का दिलास?''

''सोनाला छत्र मिळावं म्हणून.''

''तेवढ्या बाबतीत उपेक्षा झाली नाही, असं मी मानू का?''

विजयाबाईंनी अगतिकपणे पाह्यलं.

''आणखीन काही कारण?''

''मला प्रोटेक्शन हवं होतं.''

''मिळालं?''

हवालदिल, जखमी स्वरात विजयाबाई म्हणाल्या, ''तुम्ही मला असं नेमकेपणानं काही विचारू नका. मी तुम्हाला खूप खूप मानते. तुम्ही मला आवडता. मला तुमची ओढ जाणवते. माझी तुमच्याविरुद्ध कसलीच तक्रार नाही. जे युद्ध आहे ते माझं माझ्याशी. मी तुम्हाला साथ देऊ शकत नाही.''

''ते पहिल्याच रात्री का सांगितलं नाहीस?''

''निसर्गाच्या गरजेला मान द्यायचा म्हणून, तेही तुमच्या. कारण जे घडलं त्यात तुमचा अपराध कोणताच नव्हता. कालांतराने मलाही सवय होईल, असं मला वाटलं. नाटक करता करता तो सहजधर्म होईल ह्याची मी वाट पाह्यली. आज

असह्य झालं. सावरता आलं नाही. मी तुम्ही मागता त्याप्रमाणे सगळं दिलं. पण मन दिलं नाही. ते अजून राजाचंच आहे.''

चित्रालीच्या चेहऱ्यावरचे भाव बदलले. ती खूप मन लावून शब्द न् शब्द ऐकत आहे, ह्याने सोनालीला बरं वाटलं. तरीही ती अलिप्त होती. तिने चित्रालीला विचारलं, ''काय झालं?''

''आपण ज्या व्यक्तीवर जिवापाड प्रेम करतो ती व्यक्ती काही व्यावहारिक कारणांसाठी आपल्याजवळ राहते, हे समजल्यावर काकाचं काय झालं असेल ह्याचाच मी विचार करतेय. अगदी त्या क्षणी काकाने काय केलं असेल? कोसळला असेल ना?''

हा प्रश्न विचारताना, काकाच्या जागी आपण स्वत: आहोत अशी कल्पना करूनच चित्रालीने हे असं विचारलं, ह्याची सोनालीला जाणीव झाली. आनंदाच्या क्षणी किंवा दु:खाच्या प्रसंगी जगातली कोणतीही व्यक्ती आपल्यासारखीच वागेल, असं बहुसंख्य माणसं समजतात. स्वत:च्याच वृत्ती कथानकातल्या व्यक्तिरेखांवर चढवतात. सात्त्विक वृत्तीचे वाचक किंवा श्रोते मग कथानायकाला दु:खाच्या प्रसंगी देवळात पाठवतात, तर इतर स्वभावाचे लोक त्याला बारमध्ये पाठवतात. कथानकातील व्यक्ती जर वाचक श्रोत्यांच्या वृत्तीप्रमाणेच वागल्या तर त्यांना आपण आजपर्यंत योग्य वागलो, असा दिलासा मिळतो आणि वाचक श्रोत्यांपेक्षा कथानकातली माणसं वेगळं वागली तर व्यक्तिपूजा सुरू होते.

काकाने त्या प्रसंगी काय केलं हे चित्रालीला कधी सांगेन असं सोनालीला झालं. तरीही तटस्थता न सोडता ती म्हणाली,

''काकासारखा अलौकिक पुरुष होणे नाही. त्याने दुसऱ्या दिवशी त्याच्या स्टडीरूममध्ये एक कॉट टाकली. हजार बाराशे रुपयांची पुस्तकं आणली. स्टडीरूममध्येच एक छोटासा बार तयार केला आणि मुख्य म्हणजे सोनाचं यशोदाबाईंजवळ झोपणं बंद केलं. यशोदाबाईंना शंका येऊ नये म्हणून तो विजयाबाईंजवळच झोपत असे. पण मध्ये सोनाला ठेवून. त्यानंतर आणखीन एक कल्पना सुचून त्याने स्टडीरूम आणि बेडरूममध्ये एक दरवाजा करून घेतला. आता बेडरूमचा दरवाजा एकदा लावला की काका स्टडीमध्ये आहे की बेडरूममध्ये हे बाहेर समजेनासं झालं.

सातत्याने वाचन, सोनाशी जातायेता गप्पागोष्टी, चेष्टा आणि शांत झोपेसाठी रोज दोन-तीन पेग्ज ही काकाची दैनंदिनी. इतरांना सोडाच पण काकाने विजयाबाईंनासुद्धा काही जाणवून दिलं नाही. काहीही बिनसलेलं नाही इतक्या सहजतेने काकाने हा बदल पचवला. नंतरच्या दोन वर्षांत काकाने विजयाबाईंना स्पर्शही केला नाही. मोहात पडण्यासाठी मन रिकामंच ठेवायचं नाही. वाचन, ऑफिसचं काम आणि

सोना, थोडंसं पिणं, ह्यात त्याने अवांतर विचारांना मोकळीक ठेवलीच नाही. सोनाचं संगोपन आणि तिची सर्वांगीण वाढ हे त्याचं ध्येय ठरलं. सोनातून त्याला एक मूर्ती घडवायची होती. वाचन-विचारांनी तिला समृद्ध करायचं होतं. ज्ञानाची भांडारं खुली करून तिला बहुश्रुत करायचं होतं. काकाने तिला विचारांवर प्रेम करायला शिकवलं. रोज कमीत कमी तासभर तो सोनाशी गप्पा मारायचा. रात्रीची जेवणं संपली की काकाची आणि सोनाची स्टडीरूममध्ये चर्चा सुरू व्हायची. एखाद्या नव्या पुस्तकावर कॉमेण्ट्स चालायचे. मनासारखी चर्चा झाली की सोना आंघोळीला जायची. रोज रात्री झोपण्यापूर्वी आंघोळ करायची ही शिकवण काकाची. ती आंघोळीला गेली की काका नव्या पुस्तकाशी हितगूज करायला मोकळा. 'टू इज कंपनी' म्हणतात त्याप्रमाणे काका आणि एखादं नवं पुस्तक.
बुद्धीला नुसतं खाद्य चालत नाही तर तिला खुराक लागतो. काका सामान्य पुस्तकांत रमला नाही. बुद्धीला धार चढेल असं पुस्तक हवं. बुद्धीचं ठीक आहे. पण मनाचं काय? त्यासाठी काकाने मदिरेला जवळ केलं होतं. 'थ्री इज क्राऊड.' पण काका आणि पुस्तकं ह्यात व्हिस्कीचा ग्लास 'क्राऊड' ठरला नाही. दोन-तीन पेग्ज चढवले की, मन जरी धावलं तरी शरीरच साथ देणार नाही. 'मन चाहे तो जाने दो, मत जाने दो शरीर' ही कबीराची उक्ती आपोआप आचरणात येऊ लागली.
सोना एम. ए. झाली. सोनासारखी असंख्य मुलं अशीच एम. ए. झाली असतील; पण त्यांनी एम. ए. होणं आणि सोनाचं एम. ए. होणं ह्यात जमीनअस्मानाइतकं अंतर होतं. डिग्रीमध्ये हुषारी व्यक्त होते. पण सोनासारख्या मुली जेव्हा डिग्री मिळवतात, तेव्हा त्या डिग्रीत शहाणपणाही सुप्तपणे वावरतो. महाविद्यालयातून फक्त हुषारी मिळते, शहाणपणाचे संस्कार हे वास्तूमधूनच मिळावे लागतात. ते श्रेय काकाचं.''

चित्रालीने मध्येच विचारलं,
''काकाने विजयाबाईंना कधीही, काहीही जाणवू दिलं नाही?''
''एकदाही नाही.''
''अलौकिक आहे.''
''म्हटलं तर हो – म्हटलं तर नाही.''
''असं का म्हणता?''
''दुर्दैव कोणाचं, हे सांगता येणार नाही. कारण त्या प्रसंगानंतर दोन वर्षं चांगली गेली. त्या कालावधीत काका व्रतस्थ राहिला. त्यानंतर विजयाबाईंना 'मोटर न्यूरॉन डिसीझ' झाला.''
''म्हणजे काय?''
''तशी ही खूप दुर्मिळ, हजारात एखाद्यालाच होणारी व्याधी आहे. ब्रेन, स्पायनल

कॉर्ड... थोडक्यात म्हणजे नर्व्हज् सिस्टीम डीजनरेशनमुळे ह्या गोष्टी होतात. मेंदूच्या ज्या भागात डीजनरेशन होतं, त्या भागाप्रमाणे शरीराच्या वेगवेगळ्या अवयवांवर त्याचा परिणाम होतो. विजयाबाईंच्या बाबतीत प्रथम त्यांच्या हातावर परिणाम झाला. त्यांना भांडी उचलता येईनात. वेणी घालता येईना. त्यांना काही करावंसं वाटेना. त्यांनी प्रथम घरगुती उपाय केले. काकापासून दुखणं लपवून ठेवलं. कुठंतरी त्यांचं मन, निर्माण झालेल्या दुराव्यामुळे खात होतं. काकाच्या सरळ वागण्याचा जास्त जास्त त्रास होत होता. दुखणं लपवणं जेव्हा अशक्य झालं तेव्हा ते ट्रीटमेंटच्या पलीकडे गेलं होतं. ते दुखणं शेवटी पॅरॅलिसिसवर गेलं; पण काकाने ह्या सगळ्या दुखण्यापासून आणि सेवाशुश्रुषेपासून सोनाला लांब ठेवलं. त्याने आपलं पासपोर्टचं ऑफिस घरीच थाटलं. तो चोवीस तास आता विजयाबाईंच्या सान्निध्यात राहू लागला. स्पंजिंग करणं, जेवण भरवणं, जे जे काम पडेल ते ते करणं. काकाचा हा सेवाभाव, त्याग, प्रेम, वात्सल्य पाहून सोना दिपून गेली होती. आयुष्याचं हे भयाण, विदारक सत्य सोनाला तिच्या बहरण्याच्या काळात कळू नये, ह्यासाठी काकाचा हा सगळा आटापिटा.''

अत्यंत कुतूहलाने सोनालीला चित्रालीने विचारलं,

''विजयाबाईंचे नातेवाईक...''

तिरस्कारयुक्त हुंकार टाकून सोनाली म्हणाली,

''तऱ्हेवाईक ह्या शब्दाला समानार्थी शब्द नातेवाईक. विजयाबाईंचे नातेवाईक त्याला अपवाद नव्हते. एक तर विजयाबाईंनी दुसरं लग्न केलं तेव्हाच बरेचसे नातेवाईक दुरावले होते. हा आजार बरा न होणारा. माणसं किती वेळा भेटायला येणार? 'हे राजाच्या आत्म्याचे तळतळाट' इथपर्यंत लोकांनी तारे तोडले होते. आता बोल.''

''मग मित्र?''

''कुणाचे?''

''काकाचे, सोनाचे?''

''काकाला मित्र पुष्कळ; पण बाईची सेवाशुश्रुषा म्हटल्यावर त्यांचा काय उपयोग? आणि काका कुणाकडून अपेक्षाच करीत नव्हता.''

चित्रालीने अचानक विचारलं,

''हे सगळं खरं घडलंय ना?''

सोनालीने मान हलवली.

''ती सगळी माणसं आहेत?''

''येस!''

''मला दाखवाल? मला त्या काकाला भेटावंसं वाटतं. इतक्या मोठ्या मनाचा...''

सोनाली पटकन म्हणाली,
"चित्रा, घाई करू नकोस. माणसं अशीच फसतात. तुझ्याप्रमाणे, सोनाप्रमाणे..."
"म्हणजे काय?"
"ज्या काकाने सोनाला फुलवली, मोठी केली, बहुश्रुत, समृद्ध केली, त्याच काकाने तिला पुरती बरबाद केली. विश्वास ठेवशील?"
"काय सांगता काय? बरबाद केली म्हणजे..."
"पुरुष बाईला ज्या पद्धतीने बरबाद करतो..."
कानावर हात ठेवीत चित्राली ओरडली,
"मला पुढचं काही ऐकायचं नाही. ऐकवणार नाही."
सोनाली तितक्याच शांतपणे म्हणाली,
"तुला फक्त ऐकणं सहन होत नाही, सोनाचं काय झालं असेल? रमणने तुला फसवलं असेल तर नवल नाही. काकाच्या बाबतीत काय म्हणशील? सोनाने काय केलं असेल? घरात विकलांग आई. यशोदाबाई थकलेल्या. कुणाशी बोलणार ही असली गोष्ट? वाट्टेल ते बोलावं असा फक्त बबन."
"बबन कोण?"
"सोनाचा मित्र. अगदी घरातल्यासारखा. सोना त्याच्याशी सगळं बोलायची. अभ्यासाबद्दल, करिअरबद्दल, कॉलेजातल्या घटनांबद्दल, सगळं; पण तरीही हे कसं सांगणार?"
"सोनाला मैत्रिणी नव्हत्या?"
"मैत्रिणी? शंभराने मोजता येतील इतक्या; पण त्या सगळ्या परिचयाच्या. सोनाला सामान्य मुलींशी मैत्री करताच आली नाही. वाचन, चिंतन, मनन ह्याची प्रचंड सवय काकाने लावलेली. इतरांच्या निव्वळ मनोरंजनाच्या आणि शॉपिंग-गॉसिपिंगच्या वर्तुळात ती कशी रमणार? एक वेगळं एकटेपण तिला तिच्या उंचीमुळे स्वीकारावं लागलं. तिला वेळही कमी पडायचा. लोकांना पासपोर्ट मिळवून देणं, कस्टम्सचा माल सोडवण्यात काकाच्या बरोबरीने सगळा व्यवहार सांभाळणं, त्याशिवाय अभ्यास... दिवस आला कधी, गेला कधी पत्ता लागायचा नाही. बबन जातायेता घरी यायचा. विजयाबाईंकडे लक्ष ठेवायचा. त्यामुळे त्याच्याबरोबर गट्टी जमली."
"बबन एरवी काय करायचा?"
"बबन जास्त शिकला नाही."
"मग सोनाला तो कसा चालला?"
"त्याचं काय असतं, प्रगल्भ बुद्धीच्या माणसाला तेवढ्याच ताकदीची दुसरी व्यक्ती हवी असते. एकाच फ्रिक्वेन्सीवरची. नाहीतर एकदम साधी, अनभिज्ञ, चटकन थक्क होणारी व्यक्ती. अशा व्यक्तीला एखाद्या पुस्तकाबद्दल सांगताना उजळणीचा आनंद मिळतो. आपण किती लक्षात ठेवलंय ह्याचा अंदाज येतो आणि जिथं जिथं

थक्क झालो, विचारात पडलो, अस्वस्थ झालो, ती ती सगळी स्पंदनं समोरच्या व्यक्तीबरोबर पुन्हा जगता येतात. 'ही किती अफाट व्यक्ती आहे!' असा भाव दुसऱ्याच्या डोळ्यांत तरंगताना दिसल्याशिवाय, केलेल्या व्यासंगाला कोंदण मिळत नाही. बुद्धिवान माणसाची तीही एक गरज असते. म्हणूनच की काय, कधीकधी प्रतिभाशाली माणसं मिडीऑकर लोकांच्या घोळक्यात रमताना दिसतात. अर्थात बबन जरी फारसा शिकला नाही तरी तो हरहुन्नरी होता. सोनापेक्षा पाच वर्षांनी मोठा होता. बेदम कष्ट करायचा; पण व्यवहारात मार खायचा. आपण किती रुपयांनी फसलो हे तो सोनाला सांगायचा. नाना व्याप करायचा. पण खासकरून त्याचा फर्निचर डिझायनिंग, कार्पेन्टरी इकडे ओढा होता. लोक त्याच्याकडून कल्पना उचलीत असत, एका चहाच्या कपावर आणि शिऱ्याच्या बशीवर. वैतागाने तो आपले अनुभव सोनाला सांगायला यायचा आणि सोना ह्या धुंडिराजाला, नुकत्याच वाचलेल्या कादंबरीचं कथानक ऐकवायची.''

अशाच एका सोनेरी सकाळी सोना न्हाऊन, केस कोरडे करीत बसली होती. तिच्या ओल्या अस्तित्वाचा गंध खोलीभर दरवळला होता. तेवढ्यात बबन आला. धुंद होऊन तिच्याकडे पाहत राह्यला.
''काय पाहतोस?''
''अक्षरशः एखाद्या घडविलेल्या दागिन्यासारखी ह्या क्षणी दिसतेस.''
''थँक्स फॉर द कॉम्प्लिमेंट्स!''
''असं काय रूक्षपणे म्हणतेस?''
''मग काय करू? इश्श वगैरे म्हणून लाजू का? तशी अपेक्षा माझ्याकडून तरी करू नकोस. मला लाजता वगैरे येत नाही, समझे?''
''तुझं सगळं वेगळं आहे. म्हणून तर...''
''म्हणून काय?''
बबन जरा चाचपडत म्हणाला,
''कोणतीही सामान्य मुलगी मला आता आवडत नाही.''
''कशाला आवडायला हवी?''– सोनाने सहजगत्या विचारलं. पण बबन खूप गंभीरपणे म्हणाला, ''आयुष्याची जोडीदार म्हणून. कायमची.''
''तू ठिकाणावर आहेस ना?'
बबन गडबडीने म्हणाला, ''मी जर काही भलतंसलतं बोलून गेलो असेन तर विसरून जा; पण मैत्री तोडू नकोस. माझी चूक मी कबूल करतो.''
''चूक कसली?''
''भविष्याचा पत्ता नसलेल्या माझ्यासारख्या सामान्य माणसाला तू कशी मिळशील?

कितीतरी मोठमोठ्या माणसांचं तुझ्याकडे लक्ष असेल. तुझ्याही मनात कुणीतरी असेल.''

''हॅट् ! ह्या विषयावर विचार करायला सवडच झाली नाही कधी मला.''

''श्वास मुद्दाम घ्यावा लागतो का माणसाला?''

''बबन्या, छान बोललास.''

''आपल्या सहवासाची कृपा. पण विषय बदलू नकोस. तुला आत्तापर्यंत कुणीही विचारलं नाही? कुणीही मागे लागलं नाही?''

''त्यात काय? मुलांचं सोड, प्राध्यापकमंडळीसुद्धा जिथं प्रयत्न करत होती, तिथं...''

''तेच म्हणतो मी.''

''सुंदर मुलींसाठी झुरायला फार अक्कल लागत नाही.''

''थँक्स!''

''का?''

''डायरेक्ट जोडा मारलास म्हणून.''

पटकन बबनचा हात धरीत सोना म्हणाली,

''पाहिलंस, हे असं होतं. मला जोडा वगैरे मुळीच मारायचा नव्हता. तुला आता कसं सांगू?''

''तुला कुणी आवडलाय का सांग.''

''कितीतरी आवडलेत.''

''घे फिरकी.''

सोना सहजतेने म्हणाली, ''बबन्या, तू खरोखर रंधा मारणारा आहेस बघ. पण हरकत नाही. रंधा मारायलाही विलक्षण कौशल्य लागतं. काय?''

''रंधा हातात न धरता, ज्याने ह्यातच आयुष्य घालवायचं ठरवलंय त्याला हे सांग.''

''बरोबर आहे, हे मीच सांगू शकते. स्वत:त काय सौंदर्य आहे, अंगावर कशा छान लहरी आहेत, हे लाकडाचीच कातडी काढून त्याला दाखवून द्यायचं, हे काम सोपं नाही. एखाद्या माणसाला स्वत:च्या अंतरंगात किती सात्त्विक भाव आहे, मनाची श्रीमंती आहे, हे त्याला आपणहोऊन सांगता येत नाही. कुणीतरी असाच रंधा मारून बहिरंग खरवडून अंतरंगातलं धन प्रकाशात आणावं, असं त्याला वाटत असतं. रंध्याला आपली कातडी सोलून देताना, लाकडांना हेच वाटत असावं. त्याशिवाय का फर्निचर दिमाखदार दिसतं?''

बबन पाहत राह्यला. पण क्षण दोन क्षणांनी त्याच्या लक्षात आलं की सोनाने पुन्हा मूळ विषयाला उत्तर दिलेलं नाही. तिच्याकडे स्थिर नजरेने पाहत तो म्हणाला,

''डँबिस आहेस. अजून उत्तर दिलं नाहीस.''

"मला वाटतं, मी उत्तर दिलंय."

"उत्तर म्हणजे मला त्या व्यक्तीचं नाव हवंय."

"बबन, मी फक्त माझ्यापुरतं बोलते. मला इतर मुलींचं काय होतं ते माहीत नाही."

"इतर मुली म्हणजे?"

"ज्यांना मघाशी तू सामान्य मुली म्हणालास त्यांचं मला काही माहीत नाही; पण माझ्यासारख्या वयात आलेल्या मुली फक्त स्वतःत दंग असतात. जिथं जिथं सौंदर्याचा साक्षात्कार होईल तिथं तिथं धावत असतात. भावविश्वातच आम्ही जगतो. सगळंच आवडतं. न दिसणाऱ्या वस्तूंच्या प्रेमात पडतो आम्ही. आमच्याच मनातलं गाणं आम्ही ऐकत असतो. सगळ्या विश्वात कुठंही बाग बहरली की बसल्या ठिकाणी आम्हाला त्याचा सुगंध लपेटून, सैरभैर करतो. कविता स्फुरण्यापूर्वी कवीला जी आवर्तं घेरून टाकतात, त्याच आवर्तात, त्याच क्षणी मीही गुरफटलेली असते. तेव्हा सांग, किती किती माणसांवर कसं कसं प्रेम करते, ते नेमकेपणाने मी कसं सांगू?"

बबनपर्यंत हे पोहोचणं शक्य नव्हतं. तो निराशेने म्हणाला,

"थोडक्यात म्हणजे मी आवडत नाही असंच ना?"

"सगळेच आवडतात. अंतरातलं धन प्रकाशात आणणारी प्रत्येक व्यक्ती आवडते. त्यात तूही आलास. का? निघालास का? नीट सांगून जा."

"तू अजून नीट सांगत नाहीस."

"बबन, एखाद्या ऐतिहासिक किल्ल्याप्रमाणे माझ्या मनाची अवस्था झालेली आहे. मी माझ्याच मनात जाते ती एखाद्या चोरवाटेने. हे मन इतकं अवाढव्य आहे की आत शिरायचं ठरवलं की प्रत्येक प्रवासात एक वेगळी चोरवाट सापडते. त्या चोरवाटेने जाताना अचानक एक नवं दालन उघडतं. त्यात एक वेगळा खजिना स्वागतासाठी सिद्ध असतो. मी जर त्या दालनापाशी थांबले तर मला नव्याने एक शोध लागतो, की अरे, आपल्याला ह्याही विषयात गोडी आहे. मग ते नवं दालन सोडावंसं वाटत नाही. रसास्वाद घेत मी दिवसचे दिवस तिथं मुक्काम करते; पण पुन्हा एका नव्या प्रवासात आणखी एक चोरवाट सापडते. मागच्या प्रवासातली दालनं ह्या वाटेवर लागत नाहीत. पुन्हा एखादं नवं दालन. पुन्हा हरवणं. असं कितीतरी दिवस चाललंय. कुठं स्थिर व्हावं कळत नाही. ह्या अवाढव्य किल्ल्याला किती दालनं आहेत कळत नाही. प्रत्येक दालन खुणावतं. आपल्याला इथंही गती आहे हे नव्याने जाणवतं. काय करू?"

बबन गप्प उभा होता. त्याला जाणवलं की सोनाने आपली निवड केली तर ती आपल्यालाच पेलवणार नाही. आणखीन अंतर्मुख होत सोना म्हणाली,

"अर्थात मला हेही माहीत आहे की किल्ल्याला अशी कितीही दालनं असली तरी

सिंहासन एकाच ठिकाणी मांडायचं असतं. इतर दालनांचं विस्मरण होईल किंवा सिंहासनावरूनच सगळी दालनं दिसू शकतील, अशी जागा मी शोधतेय आणि किल्ल्याचा थांग लागत नाही. बबनराव, कलासक्त, सौंदर्यासक्त, प्रगल्भ मनाला बाहेरचे शत्रू नसतात. किल्ल्याच्या सगळ्या चोरवाटा माहीत असलेला जेव्हा कुणी फितुरी करतो, तेव्हा किल्ला ढासळतो. इथं हे मनच मनाचा शत्रू.''

न राहवून चित्राली म्हणाली,
''ग्रेट! सोनाची आणि माझी ओळख व्हायलाच हवी. द्याल का करून?''
''तुला तुझा रमण भेटू दे. तू स्थिरस्थावर हो, मग बघू.''
''ती सध्या कुठे आहे?''
''अशाच एका किल्ल्यामध्ये हरवली आहे. अधुनमधून भेटते. तेव्हा बसते सांगत काय काय नंतर घडलं ते.''
''काकाने तिला काय केलं?''
शांत, त्रयस्थ आवाजात सोनालीने पुन्हा कथा सांगायला प्रारंभ केला–
''तिच्यावर बलात्कार केला.''
''काकाने?...? जिला मुलीसारखं वाढवलं, तिच्यावर?''
''असं सांगतात, की प्रत्यक्ष ब्रह्मदेवाला स्वत:च्या मुलीचा लोभ झाला होता. हे खरं की खोटं ह्याच्याशी आपल्याला कर्तव्य नाही. भाऊ बहिणीवर अत्त्याचार करतो, आयुष्यभर... अशी तर एका अभिनेत्रीची शोकांतिका झाल्याचं मी स्वत: ऐकलं होतं. इथं तर काय, सोना काकाची सावत्र मुलगी. म्हणजे कुणीच नाही. मानली तर मुलगी नाहीतर एक स्त्री. काकाने तेव्हा हाच युक्तिवाद केला. त्याच्या भित्र्या वासनालोलुप मनाला तेव्हा 'सावत्र' ह्याच शब्दाचा आधार हवा होता.''
संभ्रमात पडून चित्रालीने विचारलं,
''काका व्रतस्थ राह्यलेला पुरुष. वासनालोलुप कसा?''
''सोनाची कहाणी ऐकून त्याच्यावर विचार केल्यावरच मी ह्या निष्कर्षाला आले की, वर्तमानकाळातला क्षण खरा. ज्या क्षणी काकाने सोनावर झडप घातली असेल, त्या क्षणी काकाचा सगळा भूतकाळ आठवून काय उपयोग? चित्रा, चारित्र्याला भूतकाळ नसतो. श्वासोच्छ्वासाप्रमाणे प्रत्येक क्षणी त्याचा सहजधर्म व्हायला हवा. तेव्हा बलात्काराच्या क्षणी काका वासनालोलुपच.''
''पण तरीही, त्या दिवशी असं काय घडलं?''
''संध्याकाळपासून काका फार बिथरलेल्या मन:स्थितीत होता. सोनाने आजवरच्या तिच्या आयुष्यात काकाला असं पाहिलेलं नव्हतं. ती नेहमीसारखी गप्पागोष्टी करायला गेली तेव्हा काका म्हणाला,

“मी मूडमध्ये नाही.”
“कारण सांगा.”
“सांगता येणार नाही.”
“मलासुद्धा?”
“मला काही विचारू नकोस आणि इथं थांबूही नकोस.”
“मी जायची नाही.”
“माझं ऐक. माझं डोकं आज ठिकाणावर नाही. माझा भरंवसा नाही. मी आज काय वाट्टेल ते करीन.”
चित्रालीने मध्येच विचारलं,
“म्हणजे काकाने हिन्ट दिली होती तर?”
“ही कसली हिन्ट?– काका करून करून काय करील? दोन पेग्ज घेईल.
“– ह्यापलीकडे सोनाचे विचार कसे धावणार? वासनेची अस्पष्ट छटा जर तिला केव्हा पूर्वी दिसली असती तर प्रश्नच नव्हता. तिने न बोलता काकाची ड्रिंक्सची तयारी केली. काकाने ड्रिंक्स नकोत म्हटलं. स्वत:ला काकाने कोंडून घेतलं. नेहमीच्या प्रथेप्रमाणे, झोपण्यापूर्वी आंघोळ करायची म्हणून सोना बाथरूममध्ये गेली आणि दहाच मिनिटांनी काकाला तिचं ओरडणं ऐकू आलं. काका बाथरूमकडे धावला. सोना आत विव्हळत होती. ती बाथरूममध्ये पाय घसरून पडली होती. कंबरेत उसण भरली होती आणि सोनाला हलताही येत नव्हतं. तिने कशीतरी दरवाजाची कडी काढली. निथळत्या अवस्थेत काकाने तिला उचलली. अंगावरचा साबण काही काही ठिकाणी तसाच राह्यलेला होता. लाज बाळगून उपयोग नाही अशी परिस्थिती आणि काकाकडून कसलाच धोका नव्हता. काकाने तिला पलंगावर पालथी झोपवली. तिचा टर्किश टॉवेल अंगावर टाकला. त्याच्यावर मोठी शाल टाकली आणि तो बाहेर आला. काकाने मग थ्रॉम्बोफोबची ट्यूब आणि शेकायची पिशवी तयार करून आणली. सोनाला काहीही न विचारता त्याने चादरीत हात घालून तिला ते ऑइन्टमेन्ट लावायला सुरुवात केली. पहिला स्पर्श होताच सोनाने अंग आकसून घेतलं. काका काहीशा दरडावणीच्या सुरात तिला म्हणाला,
“मला लाजायचं कारण नाही. मी काहीही बघत नाहीए. नीट झोप.”
काकाने मसाज केला. शेकायला पिशवी दिली. आणि ठणका कमी व्हावा म्हणून तिला एक नोव्हाल्जिन आणि दुसरी चक्क झोपेची गोळी दिली. त्यानंतर किती वेळाने ते सोनाला आठवत नाही, गोळीची गुंगी, शरीरभर पसरलेला ठणका यातून काहीतरी झिरपत आपल्यापर्यंत येतंय एवढं जाणवलं. जागृतीच्या पहिल्या क्षणी तिला जाणवलं, आपल्या अंगावर कपडा नाही. धूसर नजरेला जे दिसलं त्यावर विश्वास बसला नाही. हे किल्ल्यातलं कोणतं दालन? छे! ही तर काकाची

स्टडीरूम. म्हणजे हा स्पर्श कोण्या अज्ञात राजपुत्राचा नाही. हा काका? ओह नो! तोपर्यंत काकाने झडप घातली.

'मी अठरा वर्षं स्टार्व्हड् आहे' हे काकाचे शब्द सोनाला कायम आठवतात. अत्यंत आनंदात, स्वत:च्याच भावविश्वात, बालपण जपत ठिकऱ्या खेळणाऱ्या सोनाला त्या रात्रीने सांगितलं,

"तू स्वत: एक ठिकरी आहेस."

त्या रात्रीपासून सोनाच्या आयुष्यात एक न संपणारी रात्र सुरू झाली.

सकाळी तिला उठवत नव्हतं. शारीरिक वेदनांवर आता मानसिक यातनांनी मात केली होती. शल्य, अपमान, स्त्रीत्वाची विटंबना, तारुण्याची होळी, सौंदर्याचा उपमर्द आणि एका अतीव विलक्षण श्रद्धास्थानाचं थडगं.

दोन दिवस ती जिवंत प्रेतासारखी वावरत होती. काका बेपत्ता झाला होता. पासपोर्टसाठी माणसं खेपा घालत होती. त्यांची कामं करावीच लागत होती. ते जेव्हा असह्य झालं तेव्हा तिने 'दोन दिवस ऑफिस बंद राहील' अशी पाटी लावली. काकाच्या आणि तिच्या जॉईन्ट अकाउन्टमधून पंधरा हजार रुपये काढले आणि झपाटलेल्या व्यक्तीप्रमाणे तिने भराभरा निर्णय घेतले. तिने प्रथम पाच भल्यामोठ्या आकाराच्या ट्रंका आणल्या. त्यात काकाची एकूण एक पुस्तकं भरली. हे करीत असतानाच नेहमीप्रमाणे बबन आला. सोनाची अवस्था पाहून आपण सोनाचं पिशाच्च बघत आहोत की काय असं त्याला वाटलं.

"सोना, काय झालं?"

"सर्वनाश."

"नीट सांग ना."

"किल्ला कोसळला. सगळी दालनं जळून गेली."

तिच्या हालचाली पाहत त्याने विचारलं,

"गावाला चाललीस?"

"हं."

"सगळी पुस्तकं घेऊन?"

"तू बघतोयस ना?"

"का पण?"

"पुस्तकाची कपाटं आणि काकाचं डोकं दोन्हीत काही फरक नाही म्हणून."

"मी नाही समजलो."

"ज्ञानाचे महासागर पोटात घेऊन ही कपाटं वर्षो न् वर्षं इथे उभी आहेत. त्यांच्यात काही फरक पडतो का?"

"काका कुठाहेत?"

“माहीत नाही.”
“तुला आज काय झालंय?”
त्या क्षणी काहीएक विचार मनात येऊन सोनाने बबनकडे शांतपणे पाहत विचारलं,
“मुंबईला येतोस?”
“मुंबईला?–कुठे?”
“महेशकडे जाऊ.”
“माय गॉड! त्या बड्या माणसाकडे?”
“तू चल फक्त.”
“आणि काय करू?”
“महेश देईल ते काम. तुझ्याजवळ कष्ट आहेत; पण नशीब नाही. महेशजवळ नशिबाची देणकी इतकी अफाट आहे की त्याला आयुष्यात कष्ट करावे लागले नाहीत. त्याची वाणी खडीसाखरेची आहे. त्याने साधी राख विकायचं ठरवलं तरी तो इमारती उठवील. तू फक्त व्याप केलेस. महेशजवळ व्यापाचा व्यापार करायचा मंत्र आहे.”
“पण सोना, एक सांगशील का?”
आवाज चढवीत सोना म्हणाली,
“बबन, आयुष्यात एक वेळ अशी असते की त्या क्षणी प्रश्न नको असतात, फक्त साथ हवी असते. ये किंवा येऊ नकोस; पण नो मोर क्वेश्चन्स.”
“घरी सांगून येतो.”
सगळी आवराआवर झाल्यावर विजयाबाईंसमोर जाऊन ती म्हणाली,
“आई, मी जाते. जमेल तेव्हा तुला सोडवीन. यशोदाबाई, काकाला सांगा, मी गेले.”
वाचा गेलेल्या विजयाबाई आणि वार्धक्यापायी कानाची वाट बंद झालेल्या यशोदाबाई नुसतं पाहत राह्यल्या.
“कंटाळलीस?”
“छे, भलतंच. पण हा महेश कोण?”
“महेश जयसिंगानी.”
“सिंधी?”
“नामके वास्ते. फाळणी झाली तेव्हा तो पाच वर्षांचा होता. जे काही शिक्षण झालं ते मराठीतून. फक्त वीण बदलली पण वाण तोच राह्यला. कोणत्याही कामाची लाज न बाळगणं, बेदम कष्ट करणं आणि धाडस तर काय, रक्तातच. सोनाची आणि त्याची ओळख चार-पाच वर्षांची. मुंबईत सायनला दोन ठिकाणी प्रशस्त फ्लॅट्स. एक फ्लॅट निव्वळ अधुनमधून भारतात येणाऱ्या परदेशी पाहुण्यांसाठी.”

"म्हणजे काय? मला नीट समजलं नाही."

"महेश नाना तऱ्हेच्या उलाढाली करणारा माणूस. एक पाय परदेशात. अमेरिका, लंडनपासून गल्फपर्यंत महेशचा भारत पसरलेला आहे. ह्या फॉरिनच्या माणसांच्या सरबराईसाठी एक फ्लॅट. काका आणि सोना अनेकदा महेशकडे मुक्काम करीत. तेव्हा महेश तिला तसा परका नव्हता. महेशने तिचं आणि बबनचं मनापासून स्वागत केलं. चहापाणी आणि मामुली गप्पा झाल्या. सोना नेहमीच्या मूडमध्ये नाही, हे महेशने ओळखलं.

"मी घर सोडून आले आहे. काकाला माझा पत्ता सांगायचा नाही."

सोनाच्या या एका वाक्यात चव्वेचाळीस पावसाळ्यांचं आणि देशोदेशीचं पाणी प्यायलेल्या महेशला सगळं समजलं. त्याने बबनला आणि सोनाला त्याच्या दुसऱ्या फ्लॅटवर पाठवून दिलं. कायम राहणारी व्यक्ती वगळली तर त्या फ्लॅटमध्ये काय नव्हतं? – तीन बाथरूम्स होत्या. फ्रीज होता. आठ-दहा माणसांना पुरेल एवढं डायनिंग टेबल होतं. कुकिंग रेंजपासून नटलेलं किचन होतं. बबन सोनाच्याबरोबर साखळी न बांधलेल्या पामेरियनसारखा आला. त्याने खरं तर हेच स्वप्न रंगवलं होतं. फरक इतकाच की आपल्यामागे सोनासारख्या अप्सरेने यावं, ही त्याची इच्छा होती. आता क्रम चुकला होता."

चित्रालीने अचानकपणे विचारलं,

"बबनसारख्या माणसालाही हे असं वाटतं?"

"स्वप्नं बाळगण्यासाठी कर्तृत्व लागतं असं कुणी सांगितलं? अनेक माणसांच्या बाबतीत, ते जन्माने पुरुष आहेत, एवढा पुरुषार्थ पुरतो. 'अर्थ असलेला पुरुष' म्हणजे पुरुषार्थ अशी व्याख्या ते करीत नाहीत. हिरकणी योगायोगाने मिळते. ती टिकवायची असते हे ज्यांना उमगतं ते 'पुरुष' शब्दाला 'अर्थाची' जोड देतात. कर्तृत्व नसेल तर नसेल. प्रत्येकाकडे असतंच असं नाही; पण कर्तृत्व अनेक प्रकारचं असतं. द्रव्यार्जनाची शक्ती म्हणजेच पुरुषार्थ नाही. जोडीदारावर अमाप माया करणं, बायकोची शक्ती ओळखणं, तिला सुरेख साथ देणं, तिला आपली साथ सोडावीशी न वाटेल इतकी तिच्या कर्तृत्वाची शान सांभाळणं हा सगळा पुरुषार्थच. क्षमाभाव, वात्सल्य ही गुणवत्ता केवळ बायकांची मक्तेदारी नाही. माझ्या मते, सोनाचा काका पुरुष होता. पुरुषार्थ समजलेला माणूस."

"त्याचं नावही काढू नका."

"असा विचार करू नकोस. आपला स्पर्श बायकोला आवडत नाही म्हटल्यावर तिला हात न लावणं आणि तो राग मनात न ठेवता तिचं सोळा वर्षं लालनपालन, शुश्रुषा करणं हा फार मोठा पुरुषार्थ आहे."

"मग सोनाच्या बाबतीत..."

"तेव्हा तो पशू होता असं म्हणू. पण लक्षात ठेव, बुद्धिबळातला वजीर इरेस पडला तरी तो वजीर असतो. ते जाऊ दे. सोनाच्या आयुष्यातलं काका हे पर्व संपलं. 'काका' या शब्दाबरोबर भूतकाळही संपला. 'उद्या' हा शब्द पुसला गेला. 'आज' आणि त्याच्यापलीकडे 'आत्ता' हा शब्द बोधशब्दासारखा उरला. आत्ता तिच्याबरोबर त्या सहा खोल्यांच्या फ्लॅटमध्ये बबन होता."

बबन एकीकडे सुखावला होता. सजवलेली प्रचंड जागा, निवडाल ती बेडरूम आणि सोनासारखी तारुण्य आणि सौंदर्याची सडा घालणारी सखी; पण कुठंतरी एक अनामिक भीती, 'उद्या'ची काळजी इतकी छळत होती की आज आकाश रंगलेलं आहे, इकडेही लक्ष जात नव्हतं. चपलेचा खिळा टोचत असला की काश्मीरचं सौंदर्य तुम्हाला कसं झपाटणार?

"सोना, ही अशी रात्र मला तुझ्या सहवासात घालवायला मिळेल."

"डोण्ट बी स्टुपिड."

"म्हणजे काय सोना? तू मला इथं का आणलंस?"

"आपण हनीमूनसाठी आलो आहोत अशी तुझी कल्पना आहे का? मला तुझी सोबत हवी आहे, सहवास नकोय."

सहसा न चिडणारा बबन आत्ता चिडला.

"मग एखाद्या गुरख्याला का नाही आणलास?"

सोनाने त्याही मन:स्थितीत बबनचा विचार केला. त्याचं आणि आपलं नक्की नातं कोणतं, ह्याचा तिने तरी तोपर्यंत कुठे विचार केला होता?– अर्थात पुढे काय, हा विचार करायचा ठिकरीला कुठे अधिकार आहे? जो निर्णय घ्यायचा तो त्या क्षणी.

"रागवू नकोस. मी खूप बिथरले आहे."

"ते सांगायला हवं का? म्हणून तर मी आलो. पण पुढे काय हे सांगशील की नाही?"

"उद्या महेश येतील. त्यांच्या टेम्पोतून सगळं सामान येईल. तुला काही ना काही काम मिळेल. तेही तुझं आवडतं. फर्निचरचं. महेशच्या ओळखीने तुला मस्कत, दुबई, सौदी – कुठंही जाता येईल. मी पासपोर्ट काढून देईन. मीही नोकरी शोधेन. जमलं तर दोघंही सौदीला जाऊ. काही दिवस मी हे पासपोर्टचंच काम करीन. माझे कॉन्टॅक्ट्स आहेत. सध्या इतकंच. बाकी काहीही ठरवलेलं नाही."

"आपण राहायचं कुठं?"

"दुसरी जागा मिळेपर्यंत इथेच."

"दोघांनीच?"

“हो. का?”
बबनने घुटमळत विचारलं,
“माझी तुला भीती वाटत नाही?”
“कशाकरता?’– हा प्रश्न सोनाने अशा स्वरात विचारला की कारण सांगायचं बबनचं धाडस झालं नाही. पण एकूण एक जळमटं काढून टाकायची म्हणून सोना म्हणाली,
“पुरुष आणि एकान्त ह्या युतीला भिण्याच्या पलीकडे मी गेले आहे. येऊन जाऊन भीती कशाची? बलात्काराची ना? माझ्यावर कोणताही पुरुष ती वेळ आणू शकतो, त्याची मी तयारी ठेवली आहे आणि कुणीही मला काहीही करू शकणार नाही, असंही मला वाटतं.”
“तू एकदम भलतेच फाटे फोडतेस. बलात्कार वगैरे काय काहीतरी बडबडतेस? तुझ्याबद्दलच्या माझ्या भावना तू जाणतेस.”
“बबनराव, डाऊन टू अर्थ बोलायचं. मन, काव्य, सौंदर्य, किल्ला, दालनं आणि संवेदनांचा शोध वगैरे सगळं संपलं. आत्ता इथं मी तुला कुशीत घेऊन रात्र घालवली तर तुला ते नकोय का?”
“मला आवडेल. पण लग्नाशिवाय नाही. तू संपूर्ण माझी आहेस ह्याची शाश्वती”
“समजलं. चार कागदांवर सह्या आणि पंचवीस रुपड्या फेकल्या की मिळणारी काळ्या मण्यांची बेडी आणि पुसता न येणारा तुझ्या आडनावाचा टिळा, एवढं झालं की मी संपूर्ण तुझी झाले, ह्याच्यावर तू विश्वास ठेवणार ना? म्हणजे ‘नवरा’ ह्या कागदोपत्री नोंदीवर तू माझ्यावर चोवीस तास पहारा करायला मोकळा. हेच हवंय ना तुला?– ज्यांना मनं वाचता येत नाहीत ती तुझ्यासारखी माणसं सरकारी छापील कागद वाचून निश्चिंत होतात. म्हणूनच, असाच एक घटस्फोटाचा कागद, लग्नाच्या कागदाचा पराभव करतो.”
“माझी हीच परीक्षा केलीस? इतके वर्षं आपण...”
“थांब, तुझी परीक्षा आत्ताच होणार आहे. माझ्यावर तुझं प्रेम आहे ना?”
“अर्थात!”
“कोणत्याही संकटात मला मदत करशील?”
“तुझ्यावर कोणतंही संकट येऊ नये, पण तरी सांगतो, मी तुला सोडणार नाही.”
“ओके! मी घर का सोडलं हे तुला आत्ता सांगू?”
“सांग. मी तुला सारखं तेच विचारतोय.”
“कितीही भयानक बातमी ऐकशील?”
“होय.”
“काकांनी माझ्यावर बलात्कार केला.”

"काय? हे, हे खरं...?"
"इतकी घाणेरडी बातमी कुणी रचून सांगेल का?"
बबन अवाक् होऊन पाहत राह्यला. सोना शांतपणे म्हणाली,
"सकाळपर्यंत विचार कर आणि सांग मला."

जरा वेळ थांबून सोनालीने विचारलं,
"बबनने काय केलं असेल, सांगू शकशील?"
"बबनने नक्की सोनाला हात दिला असेल, शब्द दिल्याप्रमाणे."
'रमणने काय करावं' हेच चित्रालीने सुचवलं होतं. बबनच्या ठिकाणी तिला रमण दिसत होता. गालातल्या गालात पण चित्रालीची कीव करीत सोनाली हसली आणि म्हणाली –
"बबन सोनाचा निरोपही न घेता गेला. सोनाने शांतपणे तेही मान्य केलं. भूकंपामध्ये सगळा किल्लाच कोसळल्यानंतर एखादी तटबंदी कोसळल्याचं दुःखही नव्हतं. आश्चर्य तर नव्हतंच नव्हतं. आता प्रश्न महेशचा.
घर सोडून येणाऱ्या सोनाची जिद्द महेशने ओळखली. ही बाई जबरदस्त दुखावली गेली आहे, हे त्याने ओळखलं. विश्वासघाताचा प्रचंड धक्का बसल्याशिवाय माणसं अशी उद्ध्वस्त होत नाहीत. 'देशाची फाळणी, प्रथम माझ्या शरीराची फाळणी झाल्याशिवाय होणार नाही', अशी वचनं देणाऱ्या माणसाला 'राष्ट्रपिता' ही किताबत मिळाली. त्याने विश्वासघात केल्यावर लाखो संसार हे असेच उजाड झाले. पित्याचं पद न पेलणारा माणूस श्वापदच."
महेश ठरल्याप्रमाणे सकाळी आला. अवांतर चौकशीनंतर त्याने विचारलं,
"तुला स्वतंत्र व्यवसाय करायचा आहे ना?"
"हो."
"पासपोर्टचाच?"
"फॉर दी टाइमबीईंग. फक्त कुठे आणि कसा हे समजत नाही."
"तू आत्ता माझ्याकडे आलीस ना? बाकीचं माझ्यावर सोपवायचं."
"मी राहू कुठे?"
"इथंच. तू आणि बबन..."
"बबन सकाळीच इथून पळाला."
"अरे? ही वॉज टू डू सम बिझनेस..."
"जाऊ दे, महेशजी! मला कशाचंच सोयरसुतक नाही."
"ओके, ओके, बरं. काकांचं आणि तुझं काय झालं असेल ते..."
"महेशजी, आज मला खरंच काही विचारू नका. मला ह्यातून जरा बाहेर येऊ दे."

"ओके, ओके. केव्हाही सांग आणि सांगायलाच हवं असंही नाही. पण काका आले आणि तुला घेऊन गेले तर...?"
"ते अशक्य आहे."
महेशमधल्या व्यापाऱ्याने विचारलं,
"तुझ्या नवीन ऑफिसची मी जाहिरात दिली आणि तू गेलीस..."
"इम्पॉसिबल, महेशजी. इम्पॉसिबल."
"ठीक. ठीक. बरं, तू इथं एकटी राहशील?"
"आयुष्यात प्रत्येकजण एकटाच असतो."
"एकटे आहोत असं मनात उमजून माणसाने सोसायटीत वावरावं हे छान. पण इथं तू एकटी नाहीस, मी आहे. इथं टेलिफोन आहे. काहीही लागलं तर फोन करायचा. तू विश्वासाने माझ्याकडे आलीस. आय वुइल नॉट लेट यू डाऊन. मी जातो. व्हॉट अबाऊट युवर लंच?"
"मी जाईन कुठेतरी."
"नाही. कुठेतरी नाही. पासपोर्ट ऑफिसची मॅनेजर अशी कुठेतरी जाऊन चालणार नाही. मी दुपारी दीड वाजता येतो. वुई वुइल गो टू सेन्टॉर."

महेशने चारच दिवसांत चिपॅण्डेलकडून फर्निचर आणलं. त्या आलिशान, हवेशीर फ्लॅटमधली एक खोली ऑफिससाठी निवडली. टेक-ऑफ घेणाऱ्या बोईंगचा एक भला मोठा वॉलपेपर त्याने काउन्टरच्या मागच्या भिंतीवर चिकटवला. त्याने सोनाची राजेशाही व्यवस्था ठेवली. 'टाइम्स'मध्ये मोठी जाहिरात दिली. ऑफिसच्या कामासाठी एक इलेक्ट्रॉनिक कॉम्प्युटराइज्ड फोन आणला. जमिनीवर वॉल टू वॉल कार्पेट आणि तीन डौलदार फोमच्या रिव्हॉल्व्हिंग खुर्च्या आणल्या.
"बाईजी, आता ह्या सजवलेल्या खोलीत जोगिणीसारखा वेष, उदास चेहरा, भकास नजर हे सगळं कसं दिसतं सांग. तुला काय झालंय तरी काय?"
"कसं सांगू?"
"जसं जमेल तसं सांग. काका येईल तेव्हा बॅकग्राऊंड माहिती असलेली बरी नाही का?"
"आले होते?"
"ॲड पाहून, पत्ता वाचून त्याला कळेलच की."
"मी समाचार घेईन."
"त्यानंतर तुझे नातेवाईक येतील."
"आईच्या दीर्घ आजारापायी, आता कुणी राह्यलेलं नाही."
"ईव्हन देन..."

“मी तुम्हाला सांगेन केव्हातरी.”
“ओके. ओके.”
महेश गेला. वेळ आली तरच सगळं सांगायचं असं सोनाने ठरवलं होतं; पण ती वेळ इतकी अचानक आणि तडकाफडकी येईल, असं वाटलं नव्हतं. पिरीयड चुकल्याची जाणीव झाली तेव्हा ती कमालीची गोंधळली. वडीलधारं माणूस ह्या नात्याची तिला प्रथम आठवण झाली. पण तसं कुणाला मानावं अशी एकही व्यक्ती नव्हती. ह्या क्षणी त्यातल्या त्यात जवळचा महेशच. तो नेहमीच्या वेळेला आला.
“काय म्हणताहेत मॅनेजर?”
“कसली मॅनेजर अन् कसलं काय?”
“आपली टायपिस्ट तर सांगत होती की मॅडम एकदम कॉम्पिटण्ट आहेत.”
त्याही परिस्थितीत सोनाला बरं वाटलं.
“मग? एनी प्रॉब्लेम?”
सोना गप्प झाली. गंभीर झाली.
“बोल, बोल. काय झालं?”
“मला एखाद्या गायनॅकॉलॉजिस्टकडे न्याल का?”
“मामुली बात आहे; पण प्रॉब्लेम काय आहे?”
निर्धाराने सोना म्हणाली,
“आय थिंक, आय हॅव कन्सीव्हड.”
त्या चाणाक्ष माणसाने क्षणात सगळं ओळखलं. केवळ सोनाचा भूतकाळच नव्हे तर स्वत:चा भविष्यकाळही. तो पटकन म्हणाला,
“माझ्या सगळं लक्षात आलंय. यू नीड नॉट कन्सल्ट एनी बडी. जे होईल ते बघू.”
“छे, छे, भलतंच. मला जे वाटतंय ते जर खरं असेल...”
“तर काय होईल? मूल होईल इतकंच ना? होऊ दे.”
“महेशजी...”
“डोण्ट गेट अपसेट. माझ्याशी नीट सगळं बोलणार का?”
“अगोदर डॉक्टर...”
“ओके, ओके.”
सोनाचा अंदाज खरा ठरला. तिला दिवस गेले होते. महेशने तिला डॉक्टरांचा पत्ता लांबून न सांगता, तो तिला स्वत: घेऊन गेला. तपासणी आणि निदान झाल्यावर परतीच्या वाटेवर महेशने विचारलं,
“आर यू डिस्टर्बड्?”
“काहीशी.”
“ॲबॉर्शन इज नॉट अ बिग जॉब.”

“मी दुसऱ्याच गोष्टीवर विचार करत होते.”
“म्हणजे?”
“लग्नानंतर वेगवेगळे उपाय करूनही अनेकांच्या घरात पाळणे हालत नाहीत. पण हे असे अत्याचार झाले की हमखास अपत्याचं आगमन व्हायलाच हवं का? फसवणूक झाली म्हणजेही हाच अनुभव येतो.”

–चित्राली त्या वाक्याला कोसळली. तिला जरा वेळ सोनालीने रडू दिलं. मग तिला थोपटत ती म्हणाली,
“घाबरू नकोस. आपल्याही बाबतीत तसंच घडणार आहे असं समजू नकोस. काही घडलं तर मी आहे. तुला मी सोनाचीच कथा सांगतेय ते तुला ह्या परिस्थितीत धीर यावा म्हणून. तुला स्वतःवर आलेला हा प्रसंग, खास तुझ्यासाठीच, त्या ठिकरी खेळणाऱ्या शक्तीने राखून ठेवलाय, असं वाटतंय म्हणून हे सांगतेय. नाहीतर इतर अनेक कथा येतात.’
स्वतःला सावरीत चित्रालीने विचारलं,
“सोनाने ॲबॉर्शन करून घेतलं?”
“घेतलं पण महेशच्या मनाविरुद्ध. तो माणूस वेगळाच. तसा नसता तर तो स्वतः सोनाला घेऊन डॉक्टरकडे गेला नसता. सोनाने त्याला त्याच दिवशी परतीच्या प्रवासात विचारलं,
“तुम्ही स्वतः माझ्याबरोबर कसे आलात?”
“डॉक्टरीण माझाच संशय घेईल म्हणून विचारतेस? लेट हर गो टु हेल. ह्या असल्या काळजा करीत राह्यलं की प्रॉब्लेम सुटत नाहीत.”
“कधी जायचं?”
“कुठे?”
“ॲडमिट होऊ ना. तिने उद्या बोलावलंय.”
“जेवताना बोलू.”
भक्कम ऑर्डर नोंदवून महेशने स्वतःसाठी व्हिस्की आणि सोनालीसाठी जिन लाईम ज्यूस कार्डियलची फर्माइश केली.
“मी कधीच घेत नाही.”
“आज घे. तुला बरं वाटेल. तुझं मन भरकटलेलं आहे. थोडी जिन घे. छान वाटेल. आपल्याला खूप बोलायचं आहे. वुई वॉंट टु थ्रॅश आऊट एव्हरी थिंग.”
“म्हणजे काय?’
“ड्रिंक्स येऊ देत, मग सांगतो.”
सोनाने पहिला घोट घेतला.

"कसं वाटतं?"
"छान आहे."
"आता बोलू या. सोना, नेहमी एक गोष्ट लक्षात ठेवायची. मोठे प्रश्न प्रथम सोडवायचे. त्या धडपडीत छोटे प्रश्न आपोआप सुटतात. छोट्या छोट्या प्रश्नात सगळी शक्ती राबवली की मोठ्या प्रश्नांसाठी ताकदच उरत नाही. ॲम आय राईट?"
"दिवस जाणं हा छोटा प्रॉब्लेम आहे का?"
"लग्न झाल्यावर मूल नको असेल तर छोटा आणि आत्ताच्या परिस्थितीत मोठा. पण समज, एखाद्याने तुझ्याशी पटकन लग्न केलं तर?"
"म्हणजे हे मूल मी त्याच्या खात्यावर टाकायचं का?"
"यू आर व्हेरी ब्लंट?"
"ह्या पुरुषांनी मला तशी घडवली. माया, ममता, वात्सल्य हे सगळे फसवे शब्द. एकच गोष्ट खरी. भूक, शरीराची भूक. एक भूक असते, एक भक्ष्य असतं. दॅट्स ऑल. बाकी सगळे भास."
"एक्झॅक्टली! म्हणजेच ॲबॉर्शन हा काही मोठा प्रश्न नाही. त्यापेक्षा मोठा प्रश्न आपलं स्वत:चं भवितव्य."
"आय हॅव नो फ्यूचर."
"जीव देणार नसलीस तर उरलेलं आयुष्य आहे ना?"
"अन्फॉर्च्युनेटली, येस."
"म्हणजे काहीतरी ठरवणं आलंच."
सोना गप्प राहिली.
"लग्न करणार आहेस?"
"आय डोण्ट नो."
"पुरुष म्हटलं की काय वाटतं?"
"खरं सांगू, काहीही नाही."
"बेदम चीड? घृणा? हेट्रेड?"
"काहीच नाही. मी न्यूट्रल आहे."
"ते फार वाईट."
"का?"
"कोणती तरी एक भावना प्रकर्षाने हवी. चीड संपली की सगळंच संपलं. माणूस अनुभवच नको म्हणतो. ज्या मनात चीड धगधगत असते, त्याच मनात प्रेम असतं. कारण काहीतरी चांगलं घडावं, ह्या सदिच्छेला तडा गेला म्हणजेच चीड निर्माण होते."
"महेशजी, तुम्ही छान बोलताय; पण मला आता शब्दांचाही कंटाळा यायला

लागलाय.''
''ठीक आहे. तुला काहीच सांगत नाही. माझ्या प्रश्नांना उत्तरं दे. कारण ते आवश्यक आहे.''
''विचारा.''
''पुरुषाला तुझ्या आयुष्यात आता जागा नाही?''
''नाही.''
''म्हणजे लग्न नाही. ओके, काकाला जाऊन लोळवायचं का?''
''मला काहीच करायचं नाही.''
''मग माझं ऐक, तुला मूल होऊ दे.''
''कशाला?''
''पुढे सपोर्ट म्हणून. यू विल रिक्वायर समबडी ऑफ युवर ओन.''
''मुलगी झाली तर तिला असंच जपत राहायचं ना?''
''मुलगी झाली तर काय करायचं ते बघू. पण मुलगा झाला तर...?''
''हे सगळं कशासाठी?'' सोनाचा आवाज चढला.
''ठीक आहे. आपण ॲबॉर्शन करवून घेऊ. दोन दिवस विश्रांती घ्यायची आणि कामाला लागायचं. ऑफिस थाटलेलं आहेच. तिथंच तू राहू शकतेस. पासपोर्टचं काम तुला नवं नाही. फक्त किती दिवस तुला ते करायला आवडेल एवढाच प्रश्न आहे.'
''कितीही कंटाळा आला तरी शेवटपर्यंत करायलाच हवं. मी दुसरं आणखी काय करणार?''
''म्हणूनच सांगितलं, मूल होऊ दे. मुलगा की मुलगी ह्याच्यावर आत्ता विचार करायचा नाही. आपण कुणासाठी आणि कशासाठी जगत आहोत, हे माणसाला सांगता आलं पाहिजे. मुलं तुम्हाला जगण्यासाठी कारण देतात.''
''बलात्कारातून झालेलं मूल? ते कुणाला हवंय?''
''मूल ते मूल. त्याला कुठे कळतंय आपला जन्म कसा झाला ते.''
''मला कळलंय ना पण.''
''घरोघरी पाळणे हलतात ते प्रत्येक वेळी आईवडिलांना कळतं म्हणून का?''
''तेच आम्हा सगळ्या बायकांचं दु:ख आणि दुर्दैव आहे. पहिला पाळणा आनंदात हलला असेल. आपला जोडीदार बाप म्हणून कुचकामाचा आहे हे समजूनही ज्या घरातून दुसऱ्यांदा पाळणा हलतो, तो मी तरी बलात्कारातूनच समजते. जोडीदार संसारातली कोणतीही जबाबदारी उचलत नाही, कुवत असून त्याला त्याची गरज वाटत नाही, हे समजल्यावर असल्या माणसापासून दुसऱ्या वेळेला राहणारा गर्भ नाकारणारी तेजस्विनी एखादीच. संसाराला पर्याय नसल्यामुळे शतकानुशतकं बायका त्यात अडकणारच आहेत. कमीत कमी असल्या माणसाचं दुसरं अपत्य

जरी त्या नाकारू शकल्या, तरी तेवढ्या प्रमाणात त्या मुक्त होतील.''

''तू आता स्त्रीमुक्तीबद्दल बोलणार का?''

''मुळीच नाही. आणि महेश, संपूर्ण मुक्ती कुणालाही नको असते. मरणाला न घाबरणारी माणसं मोक्षाला घाबरतात. पण मोक्ष मिळत नाही म्हणून मरणावरच प्रेम करणाऱ्या बायकांची मला कीव येते. पण काय करणार? देवाने पुरुषाला काहीसा मोकळा ठेवलाय. तो त्याच्याच जातीचा म्हणून. बायकांना चॉईस नाही. पुरुष मोकळे असतात म्हणून माझा राग नाही. पण त्यांना 'मोकळा' आणि 'मोकाट' यातला फरक समजत नाही. अशाच एका 'मोकाट' पुरुषाचा गर्भ मी का वाढवायचा?''

''तू आई झालीस की कदाचित हे विसरशील.''

''सॉरी, महेशजी. मी तेवढी भाबडी नाही. भांड्याच्या तळाशी एकदा दूध करपलं की तो जळका वास कढवलेल्या तुपापर्यंत राहतो.''

''बलात्काराने बाई एवढी हवालदिल होते?''

महेशने अगदी सहज विचारलं आणि सोनाचा बॅलन्स गेला. ती हमसाहमशी रडू लागली. हॉटेलमधली इतर टेबलांवरची माणसं बघू लागली. धाय मोकलून रडणाऱ्या, उन्मळून पडलेल्या सोनाकडे तो पाहत होता. त्याने शांतपणे पुढ्यातला पेग संपवला. सांत्वन करण्याच्या निमित्ताने अधिकार प्राप्त झाल्याप्रमाणे पहिल्यांदा स्पर्श करता येतो. पण महेशने तसं केलं नाही. त्याही परिस्थितीत सोनाने त्याची तिच्याही नकळत नोंद केली. स्वत:ला सावरत सोना म्हणाली,

''मला जेवायची इच्छा नाही.''

''ओके. ओके. नो प्रॉब्लेम.'' असं म्हणत महेश उठला.

दोघं गाडीत बसली. सोनाला बरं वाटावं म्हणून महेशने गाडी मुद्दाम वरळी-सीफेसकडे नेली. सोईची जागा बघून उभी केली. त्याने सोनाला खाली उतरायला सांगितलं. दोघं रस्त्याकडे पाठ करून भरतीच्या किनाऱ्यावर फुटणाऱ्या लाटा पाहत बसले.

''सोना, तुझाच काय, पण कोणत्याही बळी गेलेल्या बाईचा मला इन्सल्ट करायचा नाही. केवळ तुझ्यासाठी सांगतो, डोन्ट लूज युवर बॅलन्स. ट्राय टु फरगेट एव्हरीथिंग. सगळं संपलं असं तुला का वाटतं?''

लाटांकडे पाहत सोना बोलू लागली. महेशच्या प्रश्नाला ते उत्तर नव्हतं. सर्वस्व हरपल्यासारखं आपल्याला तसं वाटतं का, ह्याचा ती अन्वय लावत होती. अनेक चोरवाटा असलेल्या किल्ल्यात ती हरवली; पण आता ओळखीची, अनोळखी, सगळीच दालनं ती गरागरा फिरत होती. राजसभा भरवण्यासाठी आणि सिंहासन मांडण्यासाठी एकसुद्धा दालन शिल्लक नव्हतं. कुठंही सिंहासन मांडायची खोटी, बलात्काराची गंजलेली तलवार डोक्यावर कायम. आता दालनं नाहीच. कायम

चोरवाटांचाच प्रवास. आता आपण महेशच्या दालनात प्रवेश केला तोही चोरवाटेनेच. 'काकाला सांगू नका' म्हणत. ह्या दालनात किती मुक्काम? महेश दगा देत नाही तोपर्यंत. आत्तापर्यंत तो चांगला वागलाय. आत्ताही तो अंतर सोडून बसलाय. सिंधी असून तो मर्यादा पाळतो.

स्वत:च्याच विचारांची सोनाला गंमत वाटली. परंपरेने ठाम कल्पनांनी आपला मेंदू किती विचारहीन झालाय, हे तिला जाणवलं. सभ्य सिंधी, प्रेमळ शीख, प्रामाणिक दुकानदार, न लुटणारा व्यापारी, निष्ठावंत कार्यकर्ता, नि:स्वार्थी लीडर, सत्ता नको असलेला पक्ष, धर्मातीत विचारांचा मुसलमान असं समीकरण होऊच शकत नाही, हे ठाम गृहीत धरून आपण विश्वबंधुत्वाच्या गप्पा मारतो. आपल्या फूटपट्ट्या आपण कधी फेकणार? महेशवर हा अन्याय करायचा आपल्याला काय अधिकार? तो अपवाद नाही कशावरून? घर सोडल्यापासून चार सुरक्षित भिंतींनी जे दिलं नाही ते ह्या उघड्या जगाने दिलं. माणूस कितीही दु:खात असला तरीही गार वाऱ्याची झुळूक आली की बरी वाटतं. महेशच्या मर्यादाशील वृत्तीने तोच सुखद अनुभव दिला.

सोना काहीतरी बोलेल ह्याची वाट पाहून महेश सांगू लागला,

"फाळणी झाली तेव्हा मी फारच लहान होतो. पण उद्ध्वस्त होणारी माणसं, संसार नंतर अनेक वर्षं पाहत आलो. सिंधी कॅम्पमधल्या वयात आलेल्या अनेक मुलींना त्या काळात फक्त प्रॉस्टिट्यूशनचा एकच व्यवसाय उरला होता. मी आसपास तेच पाहत आलो. म्हणून विचारून गेलो की, तुला एका बलात्काराचं इतकं का वाटतं?"

सिंधी कॅम्पमधल्या अनेक मुलींच्या वतीने सोना म्हणाली,

"महेशजी, स्त्री आणि पुरुष ह्यांच्यात दोन ध्रुवांइतकं अंतर असतं. स्त्रीसहवास हे पुरुषांना सर्वस्व वाटतं. म्हणूनच त्याला प्रॉस्टिट्यूटही चालते. ह्याउलट सर्वस्व बहाल करावं, अशा पुरुषाच्या शोधात स्त्री खूप काळ घालवते. प्राणापलीकडे जपलेला एक नजराणा ज्याला बहाल करायचा त्याला त्याचं मोल समजावं, ह्यासाठी तिने समज आल्यापासून जीव पाखडलेला असतो. पाकळ्यांना धक्का न लावता भ्रमराने यावं, सूर्यविकासी कमळाने त्याला रात्रभर पाकळ्या मिटून बद्ध करावं, ती कैद त्याने निमूटपणे स्वीकारावी, मग कमळाने आतल्या आत फुलून त्याच्यावर अभिषेक करावा तसा जोडीदार ती शोधत असते. 'मज नव्हते ठाऊक' असं पाडगावकरांच्या कवितेप्रमाणे म्हणत म्हणत स्त्रीने सगळं द्यावं असं निदान मी तरी मानत होते. जोडीदाराचा बहुमान करता करता तिला स्वत:चाही सन्मान झाल्यासारखा वाटला पाहिजे. बलात्कार म्हणजे केवळ स्त्रीच्या सौंदर्याची लूट नाही तर स्त्री ज्याला सौंदर्य समजते, त्या त्या सगळ्या विश्वाचा नाश. माझं तेच झालंय. मला आता डोळे आहेत पण नजर नाही. कान आहेत पण नाद हरवलाय. श्वास आहे पण गंध उरला नाही. शरीर आहे पण स्पर्श जळून गेलाय."

महेशने सगळं ऐकलं आणि तो म्हणाला,

''अनइन्टन्शनली आय हॅव हर्ट यू. आय ॲम सॉरी.''

अर्धा तास एक शब्दही एकमेकांशी न बोलता दोघं बसून होती. महेशने तिला तिच्या फ्लॅटवर सोडलं आणि नेहमीप्रमाणेच 'काही लागलं तर कळव' असं सांगून तिचा निरोप घेतला. स्पर्श न करताही आधार देता येतो, हे ज्याला कळतं त्यालाच 'पालक' शब्द समजला.

महेशच्या मदतीने सोनाने पासपोर्टचा व्यवसाय हिरीरीने सुरू केला. महेशने तिला ड्रायव्हिंग शिकवलं. पुणे आणि मुंबईत, धंदा करायच्या दृष्टीने केवढा जमीनअस्मानाचा फरक आहे, हे सोनाला समजलं; पण महेश सातत्याने पाठीशी होता. सोनाने त्याला महिन्याच्या आत सात हजार मिळवून दिले. सहार आणि सांताक्रूझ विमानतळावरच्या अधिकारी वर्गाशी तिची मैत्री झाली. पासपोर्टच्या कामाबरोबरच कस्टममधला माल सोडवणं, पॅसेंजर्सना सुखरूप पाठवणं, स्वागत करणं, सगळ्यात ती तरबेज झाली. फक्त अरब लोकांच्या लहरी सांभाळताना तिला नकोसं वाटायचं. अर्थात तेव्हा महेश असायचा. अरब मंडळींचा उपयोग एकच. फॉरिनच्या दुर्मिळ वस्तूंची प्राप्ती. त्या वस्तू विकून बेदम पैसा मिळायचा. निर्लेप मनाने ती पै न् पै महेशला द्यायची. महेश तिच्यावर प्रेमाचा, कौतुकाचा वर्षाव करायचा. एका वर्षाच्या आत त्याने सोनाला स्वतंत्र गाडी घेऊन दिली.

एके दिवशी जेवताना महेश म्हणाला,

''सोना, तुझं मन आता स्थिरावलं असेल.''

''मग काय करू?''

''लग्न. चेहरा वाकडा करू नकोस. सगळं तारुण्य हे असं वाया घालवायचं नाही.''

''संसाराबद्दलचे माझे सगळे विचार तुम्हाला माहीत आहेत.''

''समोरची व्यक्ती शंभर टक्के आपल्याचसारखी असेल अशी अपेक्षा तर तू करत नसशील. आपण किती टक्के गोष्टी सोडून देऊ शकतो ह्याच्या प्रमाणात आनंद मिळतो. आनंद हीच एक गोष्ट 'ॲडजेस्टमेंट'च्या पॅकिंगमध्ये मिळते. इतर वस्तू रॅपर फोडल्याशिवाय वापरता येत नाहीत; पण आनंद नेहमी रॅपरसकट सांभाळावा लागतो.''

''नुसतं रॅपरच वाट्याला आलं तर?''

''असंही कधी घडत नाही. गणपतीबरोबर त्याचं वाहन उंदीर येणारच. नुसतेच उंदीर आले तर पिंजऱ्यात पकडून फेकून द्यायचे असतात.''

''पण महेश, माझ्याजवळ द्यायला काय राह्यलंय?''

''मन आहे. साधं नव्हे, तर सांगोपांग विचार करणारं, प्रगल्भ दुःखाची ओळख झालेलं, अन्यायाची चीड असलेलं, किमान दुसऱ्यावर अन्याय न करणारं.''

''म्हणूनच मला कुणालाही अडकवायचं नाही. माझ्या मनाची स्पंदनं न कळणारा

वाट्याला आला, तर केवळ रॅपरशीच संसार करावा लागेल.''
''जाऊ दे. आयुष्यात फार उशिरा भेटलीस.''
महेशच्या या वाक्यावर सोना चमकली.
''जाऊ दे! पुन्हा भलतंच काही बोललो असेन तर विसरून जा. गुंतायचं नाही, असं मी ठरवलं होतं; पण आज तोल गेला. बरं, उद्या तो अरोरा येणार आहे. त्याला तीन दिवसांत पासपोर्ट हवाय. तो वाट्टेल तेवढे पैसे खर्च करणार आहे. वर पैसे दाबावे लागतील. यू नो हाऊ टू हँडल. ओके?''
नेहमीप्रमाणे महेशने तिला फ्लॅटवर सोडलं.
तो गेला आणि कधीही न जाणवणारं एकटेपण सोनावर त्या दिवशी चाल करून आलं. रविवारचा दिवस. आज ऑफिस बंद. गप्पा मारायला शेजारी पटेलांकडे जावं तर रविवारी त्यांच्याकडे व्हिडिओचा धुमाकूळ असतो. सबंध दिवस पटेल फॅमिली मोठमोठ्या आवाजात बोलत असते आणि तेही एकदम दोघं दोघं बोलायला लागतात. आख्खारविवार चरणं आणि व्हिडिओ लावून लोळून काढणं. गायी, म्हशी जशा एकामागून एक कडबा खात राहतात, त्याप्रमाणे माणसं दिवसभर एकामागून एक चित्रपट कसे बघू शकतात?
स्थितप्रज्ञांची एक वेगळी जमात तयार होत आहे का?
बाहेर पावसाने थैमान मांडलं होतं. वाचनात लक्ष लागत नव्हतं. पुस्तकांसारखा मित्र नाही हे मान्य; पण वेळ आली की पुस्तकंही अतोनात छळ करतात. कविता तर रणधुमाळी करते. एवढीशी असते म्हणून की काय कुणास ठाऊक, अंग चोरून सांदीकोपऱ्यात जाऊन बसते. रातकिड्यासारखा छळ करते. घायाळ मनावर वार करण्याइतकी कविता उलट्या काळजाची का होते? – सुरेश भटांच्या गझला हातातले मोगऱ्याचे गजरे टाकून खंजीर चालवत चारही दिशेने झेपावताहेत. आशा भोसलेचा आवाज त्यांना आणखी धार चढवतो आहे. बाई ग, केवळ रात्रच अजून तरुण आहे का? कधी कधी ऐन दुपारी अंधारून येतं. सोनाने अभावितपणे विविध भारती लावलं तर मन कासावीस करणारी आर्त विराणी. सी. रामचंद्राचं संगीत. गाजलेली गजल.
'तुम क्या जाने तुम्हारी याद में हम कितने रोये'
छे! आज सूरही का अंत पाहताहेत?
घ्या, छळून घ्या!
तिची तंद्री टेलिफोनच्या बेलने मोडली.
''महेश हिअर. कशी आहेस?''
''एकटी.''
''तशी तू एकटीच आहेस.''

“आज एकाकी वाटतंय.”
“काय करत होतीस?”
“छळ चाललाय. त्याला तोंड देतेय.”
“कोण छळतंय?”
“सी. रामचंद्र-लता.”
“रात गुजारी तारे गिन गिन, चैनसे तुम जब सोये.”
महेशने पुढचा चरण पुरा केल्यावर ती आणखीन बेचैन झाली. सुखावली. आणखीन एक व्यक्ती अगदी ह्या क्षणी त्याच पातळीवर असणं, त्याने कवितेतच उत्तर देऊन त्या भावनेला उत्कटतेचा काठ लावणं – छे, आणखीन वेगळं असं काय असू शकतं. जखमी सुरात सोनाने साद घातली,
“महेशऽऽ!”
“असशील तशी ये.”
“खरंच येऊ.”
“ऑफ कोर्स!”
“महेश, आज मला माझा भरंवसा वाटत नाही.”
“मी लिमिट्स सोडणार नाही. आत्तापर्यंत काही घडलं का? रडते काय वेडाबाई? नीघ.”
“कपडे बदलते.”
“नो, असशील तशी ये.”
सोनाने फोन बंद केला. अंगावरच्या साडीसहित ती आरशासमोर उभी राहिली. तिने पर्स घेतली. गाडीच्या किल्ल्या घेतल्या; पण पुढच्याच क्षणी तिचा विचार बदलला. सिंधी असूनही महेशला डार्क रंग आवडत नसत. तिने साडी बदलायची ठरवलं. तेवढ्याने तिचं समाधान होईना. ती मग आंघोळीला धावली. स्वत:चं समाधान होईपर्यंत तिने आंघोळ केली. ती मनापासून नटली. गाडी चालवताना तिला स्वत:च्याच ह्या अनावर भावनांचं नवल वाटलं होतं. वेड्यापिशा होत आपण अशा कुणासाठी धावत जाऊ, हे आत्तापर्यंत तिच्या गावी नव्हतं. ह्या विराट किल्ल्याला हीसुद्धा चोरवाट आहे का? ही चोरवाट राजसभेच्या महालाकडे नेणारी आहे का? महेश...
चालेल का?
त्याने चाळिशी ओलांडली आहे. तिकडे दुर्लक्ष केलं तर बाकी काय वाईट आहे? कमालीचा डिसेंट आहे. बाई दिसताक्षणी पाघळणारा नाही. सोसायटीत कॉन्टॅक्टस् आहेत. कपडे, मॅनर्स, मुख्य म्हणजे कमालीची मिठ्ठास वाणी आणि आपल्यात तो गुंतलेला असूनही त्याचा आजपर्यंतचा संयम हे सगळं आहेच; पण त्यापलीकडचं

एक सत्य म्हणजे, ह्या क्षणी त्याने आपल्याला झपाटून टाकलं आहे. ह्या क्षणी बाकी सगळं खोटं आहे. शरीरातला कण न् कण स्पर्श मागतोय. पर्याय नसलेली एकच शक्ती – स्पर्श. अणुरेणूत शोष पडलाय. ह्या कोसळणाऱ्या पावसाच्या धारा जमिनीचा शोष वाढवताहेत. आंघोळीने मऊसर्द झालेलं हे शरीर – पाण्याचा पदर विरायच्या आत तिथं पोचायला हवं.

महेशच्या दारावरची बेल वाजवतानाही तिला शहारून आलं.

महेशने दार उघडलं. तो सोनाकडे बघतच राहिला. बाहेरचा हॉल न बोलता ओलांडून ती मधल्या पॅसेजपर्यंत आली.

पाठोपाठ महेश आला.

''काय शोधतेस?''

''घरात कुणी नाही?''

''कुणी नाही.''

सोना आपण होऊन महेशजवळ गेली. तिच्या कमरेभोवती मिठी घातल महेशने तिची हनुवटी वर केली आणि तिचं चुंबन घेतलं.

सोनाच्या अपेक्षेप्रमाणे तो स्पर्श होता. ओठांतल्या ओठांत ती पुटपुटली,

''हाऊ क्लीन–''

आपण कटाक्षाने पान, सुपारी, सिगारेटपासून लांब राह्यलो, त्या संयमाचा केवळ दोन उत्कट शब्दांत गौरव झाला, असं महेशला वाटलं. अनेक वर्षं आपण ह्या सगळ्या सवयींपासून स्वत:लाच वाचवलं असं नाही, तर सर्वस्व द्यायला आलेल्या एका अभिरुचिसंपन्न स्त्रीचाही गौरव केला. तिलाही वाचवलं.

''सोना, इथंच थांब. स्वत:ला आवर.''

''आता अशक्य आहे.''

''तुझी उत्कटतेची उंची मला गाठता आली नाही तर, मी तुझ्या मनातून उतरेन.''

''कसं द्यायचं हे मी तुला शिकवेन.''

महेशला जाणवलं ते एकच.

ते निव्वळ दोन नर-मादीचं एकत्र येणं नव्हतं. शारीरिक, मानसिक, भावनात्मक, बौद्धिक–सगळ्या पातळींवर एक होणं हे निव्वळ समागमासारख्या शब्दांत रूढपणे मांडता येणार नाही. निव्वळ शरीराच्या पातळीवरचा हा आनंद नाही. अव्यक्त जगातला हा एक चमत्कार आहे. बलात्काराने स्त्री उद्ध्वस्त होते, हे सत्य आहे.

त्यानंतर महिन्यातच सोनाच्या नावामागे सौ. हे पद लागलं.

वीस-पंचवीस दिवस दोघं भारतभर भटकली. एक वेगवान, ऐषारामाच्या विश्वात सोना हरवून गेली. तोपर्यंतचं आयुष्य स्वप्नवत् संपलं.

एक भयाण, झोप उडवणारं, संपूर्ण भूतकाळाची आहुती घेणारं स्वप्न संपलं. सोना सुखात होती. पण किती दिवस? जेमतेम महिना. त्यानंतर तिला समजलं की, अत्यंत सुखासमाधानाचे, तृप्तीचे, पूर्णत्वाचे वाटलेले दिवसही त्या न संपणाऱ्या स्वप्नाचाच एक भाग होता.''

''का, का?''

''महेश आणि सोना हनीमूनहून परतले आणि त्यानंतर दोन दिवसांनीच ब्रेकफास्टच्या वेळी महेश काही कागद, बिलं वगैरे घेऊन डायनिंग टेबलापाशी आला.

''सकाळी, सकाळी काय आणलंत?''

''हिशोब मांडायचा आहे.''

''कसला?''

''एकूण सगळी एन्जॉयमेंट कितीला पडली ते पाहायला हवं.''

''त्या एन्जॉयमेंटचा हँगओव्हर तरी जाऊ दे.''

''तो कधीच गेला.''

सोना बघत राह्यली.

''पाहतेस काय? आपलं हे असं आहे. म्हणून हा व्याप पेलतोय. खाना, पिना, मजा करना. हे झालं रे झालं की हिसाब लिखना.''

''हिशोब लिहून काय होतं?''

''खर्च झालेली रक्कम पुन्हा किती दिवसांत मिळवायलाच हवी, ह्याचा अंदाज येतो.''

''मिळायचे तेव्हा मिळतील.''

''नो मॅडम! मिळवल्याशिवाय मिळत नाहीत. खर्च किती करायचा ह्याचं आपल्याकडे बजेट नसतं. पण हिशेब पै न् पै असतो. जेवढे गेले तेवढा आकडा पुन्हा पासबुकात झळकला म्हणजे मी काय काय एन्जॉय केलं, त्याचा आनंद पुन्हा घेऊ शकतो. तोपर्यंत-तोपर्यंत मी बेचैन असतो.''

सोना सहज म्हणाली,

''तो आकडा लवकर दिसेल. आता मी पण आहे ना?''

''दॅट्स इट!''

इतकं बोलून महेश आकडेमोडीत हरवला. त्याचं ब्रेकफास्टकडे लक्ष नव्हतं. पंधरा मिनिटांनी तो म्हणाला,

''सोनाबाई, आपण साडेअठरा हजार रुपये उडवले आहेत. पंधरा दिवसांत ही रक्कम आपण आता उभी करायची आहे. त्यापैकी तुमची जबाबदारी साडेआठ हजारांची समजा. दोन दिवसांनी सिंगापूरची ट्रिप मारून येतो. खर्च वजा जाऊन दहा हजारांचा सौदा पटवायलाच हवा. अब देखते रहो.''

''उगीच एवढी धावपळ करायचं अडलं आहे का?''

"हंड्रेड पर्सेंट!"
"आपल्याला तसं काही कमी नाही."
"ह्याच वेगाने मिळवत आलो म्हणून."
एवढं बोलून तो उठलाच. नेहमीप्रमाणे रुबाबदार कपडे करून तो जेव्हा निघाला तेव्हा सोना म्हणाली,
"मनी इज नॉट एव्हरीथिंग."
"गलत खयाल! पैसा म्हणजे सबकुछ. बाकी जगात काही खरं नाही."
त्या दिवशी सोनाला नव्याने जाणवलं, की आपण ठिकरीच. आपण खेळणाऱ्या आहोत, असं सांगणारे सोनेरी दिवस संपले. खेळवणारा बदलला; पण आपण ठिकरीच!

चित्रालीचा चेहरा आगामी पण अनभिज्ञ भीतीने बदलला. त्या सत्यकथेतल्या सोनाच्या आयुष्यात इथून पुढे एकही काळा दिवस उगवता कामा नये, अशी ती प्रार्थना करत होती. ही सगळी माणसं तिला प्रत्यक्ष भेटणार होती. सोनाली सगळ्यांची ओळख करून देणार होती. त्यांची प्रत्यक्षात नावं काय आहेत ते समजणार होतं. पुढे काय असेल?
सांगता सांगता सोनाली उठली. पुढची हकीगत खूप महत्त्वाची होती. भूतकाळ न मानणाऱ्या सोनालीने सोना आणि काका, विजयाबाई, बबन– म्हणजे सगळा भूतकाळ सांगितला. महेशचा आणि सोनाचा संसार महिन्यापूर्वीच सुरू झाला. एक महिन्यात तिला पुन्हा 'आपण ठिकरीच' असं का वाटावं?
... काय घडलं असावं?
"टॉयलेटला जाऊन येते." असं म्हणत सोनाली खोलीबाहेर पडली.
महेशने काय केलं असेल?
सोनापेक्षा तो सतरा-अठरा वर्षांनी मोठा आहे.
त्याला एखादा अॅटॅक वगैरे आला का?
सोनाचं त्याचं बिनसलं असेल का? कोणत्या स्तरापर्यंत?
घटस्फोट? मग मुलांचं काय? झाली असतील का? किती? कुणी त्यापैकी डिसॅबल्ड असेल का?
ती पुन्हा ठिकरी का झाली असेल?
सोनालीने खोलीत पाऊल टाकताक्षणी चित्रालीने ह्या प्रश्नांचा भडिमार केला. सोनाली सौम्य हसत म्हणाली,
"सत्य नेहमीच तुमच्या कल्पनांना चकवा देतं. महेश सोनाला कधीच मूल देऊ शकणार नाही."
"काय सांगता?"

''लहानपणी महेशला केवळ गालगुंड झाल्याचं निमित्त झालं. हाय फीव्हर आणि गालगुंड.''
''पण त्याचा संबंध–''
''आहे. एक तर ते व्हायरस इन्फेक्शन आहे. त्यात हाय फीव्हर असला तर एपिडीडीमो ऑर्कायटीस होऊ शकतो. तसं झालं तर–''
''काय होतं?''
''तेच सांगणार होते. त्या पुरुषापासून संतती होत नाही. त्याने हे सोनाला सहजपणे सांगितलं. सोनाने ती रात्र रडून घालवली. आपल्याला जिवापाड आवडणाऱ्या माणसाचं मूल वाढवणं, ह्या आनंदाला ती पारखी झाली होती. आपल्या जोडीदाराला अंशरूपाने स्वत:च्या शरीरातच जागा देण्याच्या आनंदाची बरोबरी कशानेच होऊ शकत नाही. अपत्याला वाढवताना प्रत्येक स्त्री काही प्रमाणात आपल्या नवऱ्याची आई होत असावी. पहिलं मूल होण्यापूर्वी ती केवळ प्रेयसी असते. कायम जीव टाकावा अशा पात्रतेचा नवरा लाभला तर दिवसाचे किती क्षण ती नवऱ्याचाही अपत्यासारखा सांभाळ करते, हे कोणत्याही पुरुषाला कळायचं नाही. स्त्री जेव्हा जेव्हा संघर्षासाठी उभी असते तेव्हा तेव्हा ती भले पत्नी असेल, पण जेव्हा जेव्हा ती क्षमा करते ते नातं आईचंच असतं.''
''हे महेशला तरी समजलं का?''
''महेशला हे आजही समजलेलं नाही. महेशला तशा कोणत्याच नाजूक भावना समजत नाहीत.''
''पण मग त्याने सोनाला वर्ष-सव्वा वर्ष इतकं चांगलं सांभाळलं कसं? तिला त्याच्याबद्दल आकर्षण वाटावं ह्याचा अर्थ त्याच्यापाशी नक्की काहीतरी–''
''सोनाची ठिकरी झाली असं मी म्हणते ते काय उगीच? बाईने मोहून जावं इतका महेश नक्कीच मिठ्ठास आहे. वेल मॅनर्ड, डीसेन्ट, पैसा उधळणारा–'' चित्राली मध्येच म्हणाली,
''सोनासारख्या मुलीच्या आयुष्यात ह्या गोष्टींना खूप जागा असेल असं वाटत नाही. गाण्याची दुसरी ओळ पुरी करणारा महेशच खरा महेश.''
सोनाली हसत म्हणाली,
''रामाला दूर नेण्यापुरताच सुवर्णमृगाचा जन्म. सीतेला काय कमी होतं? संपूर्ण आयुष्य गहाण टाकायला लावणारा मोहाचा क्षण एवढास्साच असतो. कारण तो महेश सोनाला नंतरच्या आयुष्यात दुसऱ्यांदा दिसला नाही.''
''त्याचं पैशाचं वेड सोनाला प्रथम कधी समजलं?''
''बलदेव नावाच्या एका क्लायंटमुळे. जेवणं, भटकणं, पार्ट्या, सिनेमे हा महेशचा पॅटर्न होता. एक दिवस शांतता नाही. ह्या चक्रात आपला फार वेळ मोडतोय हे

सोनाला समजलं. हिंदी सिनेमे तिला कोणतीही चालना देऊ शकणार नव्हते. काही आनंद क्षणिक असतात हे मान्य करूनही, हिंदी चित्रपटात तेवढीही कुवत नाही, हे दोन-चार चित्रपटांवरून कळतं. साबणाचे फुगे त्यापेक्षा जास्त मनोरंजन करतात. वाचन तुम्हाला कायम तरुण ठेवतं; पण तिथंही एकांताची गरज असते. वाचलेल्या पुस्तकाबद्दल आपण कुणाशी तरी बोलतो, तेव्हाच त्या पुस्तकाचं खरं वाचन सुरू होतं.

नाहीतर बाईने केसात गजरा माळावा तसं त्या पुस्तकाचं होतं. तिला स्वत:ला तो गजरा कधीच दिसत नाही. गजरा आहे, इतकंच समाधान. त्याच गजऱ्याबद्दल कुणीतरी बोललं की तिला तो गजरा दिसतो. सोनाची प्रथम ती उपासमार होऊ लागली. काकाशी हिरीरीने केलेल्या गप्पांच्या आठवणी तिचा छळ करू लागल्या. एक लग्न स्त्रीला अनेक प्रकारांनी उद्ध्वस्त करतं. सप्तपदीच्या सातव्या पावलाने, नवरा सखा होईलच याची शाश्वती नसताना, लज्जाहोमात मुलीला प्रथम माहेरच्या बालपणाची आहुती द्यावी लागते. ते आयुष्य पुन्हा नाही. झाडावरचं फूल म्हणजे आई-वडिलांच्या सान्निध्यात जगणारी मुलगी. खऱ्याखुऱ्या जीवनरसावर फुलणारी कळी. ती तोडली गेली की संपलं. सासर फ्लॉवरपॉटसारखं असतं. तिथं मुलगी सजवली जाते. रुजवली जात नाही. स्मशानात गोवऱ्या जायची वेळ आली तरी बायका, माहेर म्हटलं की क्षणभर कात टाकतात. आईवडील अगदी साधे, भोळे, कदाचित संगोपनही नीट समजलेले नसले तरी मुली त्यांच्या आठवणीने गहिवरतात. मग काकासारखा व्यक्तिमत्व घडवणारा पालक लाभला तर? शरीराला, सगळ्या उत्तुंग अनुभवाला भिडण्यासाठी, फक्त साधन म्हणून वापरायचं एवढी उंची देणाऱ्या महेशकडून शरीर हेच साध्य समजणाऱ्या सामान्याहून सामान्य जगात महेशने सोनाला आणली. म्हणूनच बलदेवचं काहीच चुकलेलं नाही, असं त्याला वाटलं होतं.''

''बलदेवने काय केलं?''

सोनाची ओळख करून देताक्षणी महेशला तो म्हणाला, ''तुझी बायको आपल्याला आवडली, यार.''

इथपर्यंत सोनाने हरकत घेतली नाही. मग मध्येच त्याने महेशला विचारलं,

''हे पाखरू तुलाच नेमकं कसं मिळालं?''

तेव्हा सोनाने म्हटलं, ''विल यू काईंडली माइन्ड युवर लँग्वेज?''

तेव्हा महेशच मध्ये म्हणाला, ''ही डझ नॉट मीन ईट दॅट वे.''

ओबेरायसारख्या हॉटेलात शोभा नको म्हणून सोना गप्प बसली. पार्टी संपली; पण पायऱ्या उतरताना बलदेवने अकल्पितपणे सोनाच्या कमरेभोवती सहजगत्या हात टाकला. सोनाने त्याच्या हातावर तेव्हा फटका मारला. घरी जाता क्षणी तिने महेशला फटकारलं,

''महेश, बलदेवसारख्या माणसांबरोबर मला पुन्हा पार्टीला बोलवायचं नाही.''

"का? असं काय झालं?"
"जे झालं ते तुमच्यासमोरच झालं."
"कमरेभोवती हात टाकला म्हणजे काही आकाश कोसळलं नाही. त्याच्या मनात लगेच काही वेगळी भावना..."
"पिसाळल्याशिवाय कुत्रं कधीच चावत नाही."
"बरं बाई चुकलं."
"तुमचंही तितकंच चुकलं."
"तो असं काही करणार हे मला काय माहीत?"
"केल्यावर समाचार नाही का घेता येत?"
"तू घेतलासच की!"
"मी तेवढी समर्थ आहेच. पण तुमचं काय? कमीत कमी त्याची वकिली तरी करू नका."
"बिझनेस ट्रॅन्झॅक्शन पुरं होईपर्यंत मी त्याला दुखवणार नाही."
"खड्ड्यात गेला बिझनेस."
"बाईसाहेब, इट्स अ मॅटर ऑफ ट्वेन्टी फाईव्ह थाउजंड, समजलं? बकरा सापडलाय."
"बकरा? तो लांडगा आहे लांडगा. त्यासाठी मी शेळी होणार नाही."
एकदम नमतं घेत महेश म्हणाला,
"बरं बाई, काय करू आता?"
"उद्याची मीटिंग या घरात होणार नाही. तुम्ही त्याच्या ऑफिसात जा."
"ओके. ओके."
"त्याला तसं आत्ता फोनवरून कळवा."
"कळवीन उद्या."
"उद्या नाही. आत्ता. माझ्यासमोर. म्हणजे तुम्ही काय बोलता ते मला कळेल."
"अग–"
"नंबर सांगा–"
सोनाने डायल फिरवून फोन महेशकडे दिला.
"बलदेव, महेश हिअर. तसाच मेसेज होता. उद्या आपण तुझ्या ऑफिसमध्ये भेटू. नो, शी डोन्ट कम... शी इज नॉट किपींग वेल... हां, बोल." असं म्हणत महेशने सोनाकडे फोन दिला.
सोना स्पष्टपणे म्हणाली, "मिस्टर बलदेव, माझ्या प्रकृतीला काही झालेलं नाही. आय डोन्ट लाईक युवर वे ऑफ बिहेविंग... मग विचार करीन. आय डोन्ट प्रॉमिस. आय विल ट्राय..."

योग वेगळेच असतात. पार्टी महेशच्याच घरी झाली. बलदेवच्या ऑफिसात त्याच दिवशी पेस्ट कंट्रोलचं काम निघालं. बलदेव सात-आठ मित्रांसह आणि दोन-तीन मैत्रिणींना घेऊन महेशकडे आला. ड्रिंक्स झाली. बलदेव संयमाने वागत होता, म्हणून सोना मोकळेपणाने कुणाला काय हवं नको ते पाहत होती. जेवणाच्या डिशेस हातात घेण्यापूर्वी बलदेवने एक जाडजूड पाकीट महेशला दिलं. सगळ्यांनी टाळ्या वाजवल्या. मग बलदेवने पेढ्यांचा बॉक्स उघडून, सरसकट सगळ्यांना पेढे भरवले. सोनाला घास देण्यासाठी तो पुढे आला तेव्हा फोन वाजला. ते निमित्त करून ती सटकली. फोन संपेतो सगळेच थांबले. पेढ्यासाठी तिने हात पुढे केला. 'ऐसा कैसा हो सकता है' असं म्हणत बलदेवने पुन्हा कमरेभोवती हात टाकून तिला जबरदस्तीने घास स्वीकारायला लावला. स्वयंपाकघरात जाऊन सोना घास थुंकून आली. काहींनी एकमेकांत नेत्रपल्लवी केली. ती बलदेवने, महेशने टिपली.

रात्री पलंगावर पडल्यावर महेश म्हणाला,

''सोसायटीच्या काही एटीकेट्स असतात.''

''तसल्या सोसायटीशी मला कर्तव्य नाही.''

''बिझनेससाठी काही काही कॉम्प्रमाइजेस करावी लागतात. उसमे क्या है?''

''मला चालणार नाही.''

''आपण या विषयावर सावकाश बोलू.''

''ह्या विषयावरचं बोलणं तिथंच संपलेलं आहे. फडतूस माणसांची वावदूकगिरी मला सहन व्हायची नाही. तुमचा बिझनेस ह्या घराच्या बाहेर तुम्ही कोणत्याही पद्धतीने सांभाळा.''

त्या प्रसंगानंतर दोनच दिवसांनी महेश सिंगापूरला गेला. तो गेला आणि सोनाने सुटकेचा श्वास सोडला. आता तीन-चार दिवस पासपोर्टचं पडेल ते काम आणि मग ती आणि पुस्तकं. त्याप्रमाणे तिने ते दिवस मजेत घालवले. महेश परत आला. गाडी घेऊन ती महेशला रिसीव्ह करायला गेली. महेश आला पण तो मुळीच मूडमध्ये नव्हता.

''कशी झाली ट्रीप?'' एअरपोर्टवरून हायवेला गाडी आल्याबरोबर तिने विचारलं.

''टोटल मेस. कंप्लीट फेल्युअर.''

''प्रकृती बरी नव्हती का?''

''तिला काय झालंय?''

''मग टोटल फेल्युअर का म्हणता?''

''पैसे नकोत का मिळायला?''

''मिळतील हो. सुखरूप गेलात, आलात, हे जास्त महत्त्वाचं नाही का?''

“पैसा नसेल तर जगून काय करायचं?”
“आपल्याकडे पैसे नाहीत का?”
“आल्या आल्या मला उपदेश नकोय.”
सोना महेशकडे पाहतच राहिली.
आठ-दहा दिवस तो वैतागल्यासारखा वावरत होता. सोनाच्या स्पर्शानेही तो खुलला नाही. त्याचं जेवणात लक्ष लागत नव्हतं.
“तुम्ही सर्वस्व हरपल्यासारखे का वागताहात?”
“तुला माहीत आहे.”
“बँकेत सहा लाख आहेत. दोन प्रशस्त फ्लॅट आहेत, दोन गाड्या आहेत.”
“सांग, सांग... फर्निचर आहे, आठ सफारी सूट्स आहेत. घरात भांडीकुंडी आहे...”
सोना आपलेपणाने जवळ गेली. महेशच्या केसांतून हात फिरवीत ती म्हणाली, “जोपर्यंत आपण दोघं आहोत तोपर्यंत म्हणाल तितका पैसा उभा करू शकतो. आणखी किती हवेत, तेवढं सांगा.”

एके दिवशी रात्री सोनाने महेशला अतिशय प्रेमाने जवळ घेतलं.
“अजून मन ठिकाणावर आलं नाही का?”
“नाही.”
“त्याचं काय आहे सांगू?– पैशापेक्षा कितीतरी महत्त्वाच्या गोष्टी असतात. तुम्हाला त्या आत्तापर्यंत मिळाल्या नाहीत, म्हणून तुमची ही तगमग होतेय.”
“इतर गोष्टी कोणत्या?”
“जिवाला जीव देणारी बायको.”
“आणखीन?”
“रांगणारी पावलं या घरात–”
महेश ताडकन् म्हणाला, “फरगेट इट फॉर एव्हर.”
सोना त्या क्षणी दूर सरकली. गोंधळलेल्या नजरेने महेशकडे बघत तिने विचारलं, “तुम्हाला मुलांची आवड नाही?”
“तुला आवडतात?”
“का आवडू नयेत? मी इतकी जगावेगळी नाही.”
“मग तुला आर्टिफिशियल इन्सेमिनेशन करून घ्यावं लागेल. माझ्यापासून अपेक्षा करू नकोस.”

“महेशने सोनाला ज्या क्षणी हे सांगितलं असेल, त्या क्षणी तिचं काय झालं

असेल?'' चित्रालीने गोंधळून विचारलं, ''सगळ्या आयुष्याचा अर्थ बदलणारी, म्हणजे दुसऱ्याला खरं तर माणसातून उठवणारी ही बातमी महेशने ह्याच पद्धतीने सांगायला हवी होती का?''

सोनाली हसून म्हणाली,

''इथंच कल्चरचा प्रश्न येतो. सोनाजवळ समजून घेण्याची वृत्ती इतकी अलौकिक होती की...''

''म्हणून तिला धक्का बसला नाही असं कसं होईल?''

चित्रालीच्या ह्या रास्त प्रश्नावर सोनाली म्हणाली,

''एखादी गोष्ट शॉकिंग असते. निरनिराळ्या माणसांवर त्या गोष्टीचा वेगवेगळा परिणाम होतो. धक्का ओसरल्यावर जी कृती माणूस करतो त्यावरुन त्याचे संस्कार प्रगट होतात. सोनाजवळ ही ताकद फार मोठी होती. महेश कोणतीही गोष्ट तडकाफडकी करतो किंवा बोलतो, ह्याचं कारण फाळणीपासून त्याच्या जमातीतल्या माणसांना सगळं तसंच करायची सवय अंगवळणी पडली, हे तिने ओळखलं. राजकारणातल्या मूर्ख नेतृत्वाचे आणि स्वार्थी डावपेचांचे जास्तीत जास्त फटके फाळणीत धूळधाण झालेल्या माणसांनी खाल्ले. आयुष्यात स्थैर्य मिळवण्यासाठी जास्तीत जास्त आणि लवकरात लवकर पैसा कसा मिळवायचा, ह्याचंच बाळकडू एका पिढीला मिळालं. जित्याजागत्या माणसांपायी संपत्तीची धूळधाण होते; पण बेदम ऐपतीच्या जोरावर चालत्या– बोलत्या माणसांना विकत घेता येतं, हीच धूळाक्षरं महेशने गिरवलेली. त्याच्याकडून वेगळी अपेक्षा कशी करायची? सोनाने हे खूप झटपट ओळखलं. बलदेवच्या प्रसंगानंतर एकूणच ह्या संसारापासून आपण किती लांब राहायचं, हे तिनं ओळखलं. त्यानंतर महेशची झालेली ही दुसरी ओळख. मनासारखी सिंगापूरची ट्रिप न झाल्याने उसासे सोडणाऱ्या महेशची तिला प्रथम प्रचंड कीव आली. सुखाच्या आणि आनंदाच्या एकूण एक कल्पना किंवा सगळ्या आयुष्याची इतिकर्तव्यता जेव्हा एकाच गोष्टीत एकवटलेली असते आणि नेमकी तीच गोष्ट जेव्हा मिळेनाशी होते तेव्हा माणसं उजाड, एकाकी, उद्ध्वस्त होतात. 'जगण्यासाठी कारण हवं' असं सहजी सांगून जाणारा महेश, त्याच्या आयुष्यात पैशाशिवाय दुसरं कारण निर्माण करू शकला नाही ह्या त्याच्या शोकांतिकेची सोनाला कीव आली.

आपल्याला मूल का होऊ शकणार नाही हे त्याने सोनाला त्या रात्री सांगितलं. धक्का ओसरल्यावर एक वेगळी शंका येऊन तिने विचारलं,

''मला मूल होऊ दे, असं तुम्ही म्हणालात, त्यामागे हे कारण होतं का?''

''आपलं लग्न होईल हे कुठे तेव्हा डोक्यात होतं? बाईला एक आधार हवा असतो. आणि स्वत:ची मतं तयार होईपर्यंत का होईना, मुलं आईबापाशी नीट वागतात.''

"मूल झालं असतं तर कुणी सांभाळलं असतं?"
"मी स्वत: तुझ्यासहित."
"आणि मुलगी झाली असती तर?"
"मग तर तिचा खूपच उपयोग झाला असता."
"शी! शी! किती गलिच्छ विचार आहेत तुमचे?"
"गलिच्छ म्हण किंवा आणखी कोणतंही नाव दे. पण ते विचार तेवढेच खरे आहेत. माणसं माणसांना वापरतात. राज्यकर्ते जनतेला वापरतात. फार कशाला एक राष्ट्र दुसऱ्या राष्ट्राला वापरतं. आईबाप मुलांना वापरतात. मुलंही नंतर तेच करतात. नाहीतर ज्यांचा उपयोग संपलेला आहे, अशा आईवडिलांची वार्धक्यात ससेहोलपट झाली नसती. कुणी भावनात्मक गरजा भागवण्यासाठी, कुणी सुरक्षितपणाच्या नावाखाली, कुणी केवळ आर्थिक लाभासाठी, तर कुणी फक्त विकृत आनंद शमविण्यासाठी – कारणं वेगवेगळी असतात, पण माणसं एकमेकांना वापरतात."
"महेश–"
"तू जास्त चांगलं सांगशील. कारण तुम्ही पुस्तकवाले. काय ते काव्य, साहित्य काय जे म्हणता त्याचा अभ्यास करणारे. आपण तर काहीच शिकलो नाही. आम्ही फक्त 'फाळणी' आणि 'निर्वासित' ही दोनच पुस्तकं वाचली. तेव्हा तर कळलं की, आख्खं राष्ट्र दुसऱ्या राष्ट्राला वाचवतं असा देखावा निर्माण करतं. पण ते वापरणंच असतं. तेव्हा तुम्ही झोपा आता."

चित्रालीने शहारा यावा तसं अंग हलवलं आणि पुन्हा तिला रमण आठवला. आपलाही वापर झाला का?
ती म्हणाली, "मला खूप भीती वाटते हो."
सोनाली त्या क्षणी म्हणाली, "माझ्याजवळ आहेस तोपर्यंत कशालाच घाबरू नकोस. इथं तुझा कोणत्याही प्रकाराने वापर होणार नाही."
"माझ्या मनातही तसं आलं नाही. तरीही महेशच्या विधानांची भीती वाटली."

सोनाही त्या दिवशी बेदम अस्वस्थ झाली. झोपेची गोळी घेऊनही त्या रात्री तिला झोप येईना. आयुष्यात प्रथमच तिने ड्रिंक्स आपण होऊन घेतली. डोकं पुरतं बधिर झाल्यावर ती तशीच सोफ्यावर झोपली. सकाळी महेशने तिला एकदम ब्रेकफास्टला उठवली. ब्रेकफास्ट घेतल्यावर ती पुन्हा आडवी झाली.
"काय बाईसाहेब, आज काय विचार काय?"
"मी आज नाही जात."
"नो, नो! ते चालायचं नाही. आज तर जायलाच हवं नाहीतर तो शर्मा मला

जाग्यावर ठेवणार नाही. तो दुबईला चाललाय. आठ दिवसांनी परत येईल. येताना दोन डझन टेपरेकॉर्डर्स आणि सहा वॉकमन आणणार आहे.''
''आणू दे.''
''त्याच्यासाठी आणणार नाही. आपल्यासाठी आणतोय.''
''त्या दोन डझन टेपरेकॉर्डर्सचं करायचं काय?''
''त्यांची विकायची व्यवस्था केली आहे. पाच हजार सुटतील त्या सगळ्यातून.''
''पैसा! पैसा!! पैसा!!! काय करणार आहात त्याचं परमेश्वर जाणे. वीट आला!''
''इन्शुरन्सचा हप्ता भरायचाय.''
''कसला इन्शुरन्स?''
''तुझा एक लाखाचा विमा उतरवतोय.''
''वेड लागलंय का?''
''अचानक मेलीस वगैरे तर नंतर वेड लागू नये म्हणून.''
सोनाला ते असह्य झालं. ती पलंगावरून उठली. बाथरूममध्ये जाऊन भरपूर रडून घ्यायचं म्हणून ती निघाली; पण त्यापूर्वीच तिला हुंदका आला. सोना रडत राह्यली तर खरंच कामावर जाणार नाही ह्या भीतीने म्हणा किंवा कदाचित आपण भलतंच बोललो हे जाणवलं म्हणून म्हणा, महेश पटकन उठला. त्याने सोनाला मिठी मारून पुन्हा पलंगापर्यंत जवळ जवळ उचलून आणली. तिच्या डोळ्यांतून येणारं पाणी पुसून त्याने तिच्या पापण्यांवर ओठ टेकवले. तिच्या डोळ्यांत पाहत तो म्हणाला,
''लाखमोलाची बायको मिळाल्यावर लाखाचा विमा नको का उतरवायला?''
''नो फ्लॅटरी, महेश, नो फ्लॅटरी! तुला जे म्हणायचं आहे ते तू काल रात्री म्हणालास.''
''आय ॲम सॉरी.''
''यू आर गोईंग टू यूज मी?''
''नाही ग बाई, आय प्लीड गिल्टी.''
''आता फक्त कधी आणि कशी मरू तेवढं सांग.''
''सोना–''
''सुसाईड केलं तर क्लेम बुडत नाही ना?''
''आय बेग युवर–''
''म्हणजे तसं असेल तर मी मोटर ॲक्सिडेंटमध्ये–''
महेशने सोनाचे पाय धरले. ते सोडवून घेत ती म्हणाली, ''मी मेले तरच लाखमोलाची ठरणार आहे.''
महेशने ओठांवर ओठ टेकून तिचं बोलणं थांबवलं. ती गोंधळून गेली. तिला अवसर न देता महेश म्हणाला,

''बाई ग, माझं डोकं ठिकाणावर नाही. कुठं, कसं, काय बोलावं, हे आपल्याला कुणी शिकवलं नाही. आम्ही जगलो हेच नवल. जगलो पण आपल्याला सारखी भीती वाटते. आपण काय करणार?''

सोना शांत झाली. महेशने बरोब्बर लाडीगोडी लावली. आपण वापरल्या जात आहोत असं सोनाला वाटणार नाही अशा पातळीवर त्याने तिला आणली आणि कामावर जायला तिला भाग पाडलं.

''आणि सोना कामावर गेली?''

''काय करील?''

''इतकी टॅलेन्टेड मुलगी एकदोन प्रेमळ वाक्यांना भुलते?''

सोनालीने क्षणाचा अवधी न घेता सांगितलं,

''सर्वांत टॅलेन्टेड माणसं त्या मानाने पटकन फसतात. अतिबुद्धिवादी म्हणून ती अगोदरच एकटी पडलेली असतात. भावनात्मक पातळीवरचा आक्रोश त्यांनी सतत दाबलेला असतो. ही माणसं त्यांच्या भावनांना बुद्धिनिष्ठेनं कवटाळतात. दे आर इंटलेक्चुअली अ‍ॅटॅच्ड टू देअर सेंटिमेंट्स. त्यामुळे त्यांना तृप्त व्हायला जसा वेळ लागतो तसाच त्या भावनांचा इन्कार करत आल्याने ती जेव्हा त्या मागण्यांना वश होतात, तेव्हा सामान्यांपेक्षा जास्त वेगाने वश होतात. पुन:पुन्हा फसतात. पुन्हा झगडा देतात. बुद्धीला खाद्य, बुद्धीला खाद्य असं कितीही मान्य केलं तरी त्याचा जबर थकवा असतो. तो थकवा घालवायची हाकाटी सुरू होते. तसं झालं की बुद्धी हेच ज्याचं भांडवल अशी माणसं भांडवलशाही झुगारून देतात आणि बुद्धीला न पटणाऱ्या गोष्टीच अधुनमधून करतात. सिगारेटपासून नाना प्रकारची व्यसनं कमी न होता वाढतात का? तर त्याचं कारण हेच. मग सामान्य माणसं ह्याच असामान्य माणसांच्या सामान्य गोष्टींचं अनुकरण करतात. उंची गाठणं ताकदीबाहेर; खोल जाण्यासाठी ताकद वापरावी लागत नाही. ग्रॅव्हिटेशनल फोर्स ह्याही प्रांतात उपयोगी पडतो. सोना अशीच आयुष्यभर फसत आली. अतिशय गोड बोलून, आपण वापरले जात आहोत, ह्याची सोनाला शंका येऊ न देता महेश तिला राबवत राह्यला.''

''ती राबत राह्यली? तिला शंकाही आली नाही?''

''माधुरीची गाठ पडेतो नाही.''

''माधुरी कोण?''

''सोनाच्या कथेतल्या शेवटच्या टप्प्यातली एक फसलेली मुलगी.''

''कुठे भेटली?''

''महेशच्या पाहुण्यांसाठी ठेवलेल्या फ्लॅटमध्ये.''

''कुणाबरोबर आली?''

"महेशबरोबरच. त्याने तिला बंगलोरहून आणली. परस्पर दुसऱ्या फ्लॅटवर नेऊन ठेवली."
"सोनाला कधी कळलं?"
"चार दिवसांनंतर."
"मधे इतके दिवस गेले?"
"त्यात काहीच नवल नाही. सोनाचं ट्रॅव्हल एजन्सीचं ऑफिस जरी त्याच फ्लॅटमध्ये होतं तरी त्याला स्वतंत्र एन्ट्रन्स होता. टॉयलेट वेगळा होता. फ्लॅटच्या बाकीच्या किल्ल्याही तिच्याकडे नव्हत्या."
एके दिवशी अचानकपणे सहा मुली त्या फ्लॅटमध्ये राह्यला आल्या. त्याच रात्री सोनाने महेशला विचारलं,
"त्या मुली कोण आहेत हो?"
"वेगवेगळ्या गावांहून आल्या आहेत."
"पण कोण आहेत?"
"आमच्या सिंधी असोसिएशनतर्फे डेलिगेट्स म्हणून वर्ल्ड टूरवर जाणार आहेत."
"त्यांचे पासपोर्ट काढायचे असतील?"
"आपल्याला त्यांचं काहीच करावं लागणार नाही. असोसिएशनकडून एकदोघींचे पैसे आणि व्हिसा आला की त्या जातील. कुणाच्या तरी बाबतीत बर्थडेटचा घोळ आहे. कोर्टात एफिडेविट केलं की भागेल असं वाटतंय. ते काम अर्थातच तुला करावं लागणार नाही. आय वुइल मॅनेज."
इतक्या खुलाशावर सोना गप्प बसली. टेपरेकॉर्डर्स आणि वॉकमनचा बिझनेस जोरात चालला होता. शर्माच्या दोस्तीने महेशला एक घबाडच मिळालं होतं. सिंगापूरहून वॉशिंग मशिनपासून काहीही मागाल ते मिळत होतं. राजरोस कस्टम ड्यूटी भरून, दणकून कमिशन काढून, रोज महेश बँकेत बॅलन्स वाढवत होता. मजेत होता. सोनाशी संघर्ष व्हायचे पण तो मिटवायचाही. माधुरी अचानक न भेटती तर पुष्कळ काळपर्यंत हे सगळं असंच चाललं असतं. त्या डेलिगेशनसाठी जाणाऱ्या मुलींचा मुक्काम मात्र लवकर हलण्याची चिन्हं दिसत नव्हती. एकदा सोनाने पुन्हा विचारलं,
"त्या मुली कधी जाणार आहेत?"
"आता मी तरी काय सांगू?"
"कुठं अडलंय आता?"
"एका युनियन लीडरला आता एलेव्हन्थ अवरला त्याच्या मुलीला ह्यात घुसवायची आहे. तिला क्लिअरन्स मिळेतो ह्या आता लटकल्या. युनियन लीडर आता नवा संप कोणत्या सुरळीत इंडस्ट्रीत घुसवायचा आणि मालकांना आणि मजुरांना उद्ध्वस्त

करायचं, ह्याच्या विचारात आहे. त्याशिवाय त्याची मुलं वर्ल्ड टूरला कशी जाणार आणि लीडर एअरकन्डिशन्ड गाड्यांतून कसे फिरणार? मी बोललो की तुम्ही पुस्तकवाले रागवता; पण युनियन लीडर्स कामगारांना वापरतात की नाही?''

''मान्य.''

''तेव्हा ह्या सो कॉल्ड नि:स्वार्थ बंद स्पेशॅलिस्टला पैसे मिळाले की त्या पोरी जातील.''

''त्यांना हवं-नको बघायला हवं.''

''काहीही आवश्यकता नाही. त्या जगप्रवासाला निघालेल्या पोरी. त्यांची काय काळजी करायची?''

''तरी उद्या चौकशी केली पाहिजे.''

''माझं ऐक. तू त्यांच्या भानगडीत पडू नकोस. गळ्यात पडतील. त्या माझ्या जातवाल्या आहेत. गळ्यात पडणाऱ्या. हे विसरू नकोस.''

''मोकळेपणाने मान्य करताय?''

''सरकारने आमच्या गळ्यात फाळणी बांधली. आम्हीही मग गळेपडूपणा शिकलो. तेव्हा तुम्ही तिकडे वळू नका.''

महेशने असं सांगितलं पण सोनाला तिकडे वळावंच लागलं ते एका विचित्र फोनमुळे. बेल वाजली म्हणून तिने फोन उचलला. पलीकडच्या माणसाने, 'इज इट फोर सेव्हन फोर सेव्हन डबल झिरो?'– असं विचारलं. सोनाने 'येस्' म्हणताच पलीकडून कुणीतरी घुश्शातच म्हटलं, 'वो जो माधुरी नाम की लडकी है, उसको मत भेजना । बिलकुल बेवकूफ लडकी है । हमारे साब तंग हो गये । उस लडकी को रोमान्स क्या चीज है मालूम नही । खुर्शीदको तयार रहने के लिये बोलो ।''

सोना काही बोलणार तोपर्यंत फोन बंद झाला. टायपिस्टला ऑफिसकडे लक्ष द्यायला सांगून सोना जिन्याच्या लॉबीत आली. तिने शेजारच्या फ्लॅटची बेल वाजवली. जिने दार उघडलं तिला सोनाने विचारलं,

''माधुरी कोण?''

''मीच.''

सोनाने तिच्याकडे पाह्यलं. ती थरारून गेली. तिच्या दोन्ही गालांवर नखांचे ओरखडे होते. डावा डोळा मार लागल्याप्रमाणे सुजला होता. ती बेदम रडली असावी. तिच्या उजव्या हातातून रक्त आलं असावं; पण त्याच्यावर कुणीतरी इलाज केलेले असावेत. कारण त्या हाताला पट्टी बांधली होती. ती दिसायला आकर्षक होती. विकण्यासारखं तिच्याजवळ भरपूर होतं.

''तुला कुणी मारलं का?''

तिला हुंदका आला. सोनाने दार लावून घेतलं. तिचा हात धरून ती हॉलमध्ये

आली. ती जागा तिच्या परिचयाची होती. तिथं आता सामसूम होती. तिथल्या कोचावर बसवीत सोनाने विचारलं,
''एकटीच आहेस?''
ती मानेने 'हो' म्हणाली.
''कुठे गेल्या सगळ्या?''
''शॉपिंगला. सिनेमाला.''
''तुला इथं कुणी आणलं?''
''महेशकाकाने!''
''ओह, माय गॉड'' सोना नकळत पुटपुटली.
''तुम्ही त्यांना ओळखता?''
सोनाने मान हलवल्यावर तिने विचारलं, ''मला इथून सोडवाल?''
''जरूर.''
''बंगलोरला पाठवाल?''
''आईची समजूत घालाल?''
''अवश्य!''
''तिने 'नाही' ऐकलं तर?''
''ती का नाही ऐकणार?''
''ती मला मारेल.'' – असं म्हणून ती सोनाच्या मांडीवर पडून रडू लागली. तिचा आवेग ओसरल्यावर सोनाने तिला विचारलं, ''का मारेल?''
''परिस्थितीमुळे.''
एका क्षणात कल्पना येऊन सोनाने विचारलं, ''महेशकाकाने तुला नोकरीसाठी इथं आणलं?''
मान हलवीत ती म्हणाली, ''त्यांनी आईला पाच हजार रुपये दिलेत.''
''तुला कुणी मारलं?''
''अरब होता. मला नाव माहीत नाही.''
''का मारलं?''
''त्याला हवं ते मिळालं नाही. मी त्याला चावले. फ्लॉवरपॉट फेकून मारला.''
''त्याने आणखी काय केलं?''
''प्यायला नसता तर केलं असतं!''
सोना काही वेळ गप्प बसली.
''कॉलेजला जातेस?''
''मॅट्रिकला शाळा सुटली.''
''का?''

ती पुन्हा उमाळ्याने रडायला लागली. सोना तिला थोपटत राह्यली. तिची ती शांत होऊन उठून बसली.
''शाळा का सुटली?''
''तिथल्या हेडमास्तरांनी मला छळलं.''
''म्हणजे?''
''अतिप्रसंग केला. मलाच वाईट ठरवली. सगळ्या मास्तरांच्या सह्या मिळवल्या. शाळेतून काढून टाकली. तेव्हापासून घरात कुणी माझ्याशी बोलत नाही.''
''वडील काय करतात?''
''मी ज्या शाळेत होते त्याच शाळेत नोकरीला होते.''
''होते म्हणजे?''
''ॲडमिशनसाठी शाळा मुलांकडून डोनेशन्स घेते. ते पैसे त्या हेड टीचरने ढापले. अफरातफर माझ्या वडिलांनी केली असा त्यांच्यावर आरोप ठेवला. त्यांना सस्पेंड केलं. ते प्रकरण दाबून टाकायचं म्हणून बाबांनीच मला हेडमास्तरकडे पाठवलं असा त्यांनी बभ्रा केला.''
सोना अवाक् झाली. तिला काय बोलावं समजेना. तिच्या हाताला बांधलेल्या पट्टीकडे पाहत तिने विचारलं,
''जखम कुणी बांधली?''
''खुर्शीदने.''
टेलिफोनवरचं बोलणं आठवून सोनाने विचारलं,
''खुर्शीद काय करते गं?''
माधुरीने आश्चर्याने विचारलं,
''तुम्हाला माहीत नाही?''
सोनाने मान हलवली.
''खरंच माहीत नाही?''
''खोटं कशाला सांगू?''
''ती कॉलगर्ल आहे.''
''खरंच?''
''त्या सगळ्या हाच उद्योग करतात.''
''त्या युरोप-अमेरिकेला जाणार आहेत ना?''
''तसं त्या काही म्हणत नाही.''
''मग त्या इथं काय करतात?''
''काय करणार? एक-दोघींना चांगली नोकरी आहे.''
''कुणाकुणाला?''

“मलकानी आणि संघानी म्हणून आहेत त्यांना.”
“नोकरी असून त्या हा उद्योग करतात?”
“त्यांना चटक आहे पैशाची.”
“इतर चौघी?”
“त्यांची आडनावं माहीत नाहीत. एक आहे रैना. दुसरी लक्ष्मी. त्या दोघी कधी कधी उदास असतात. त्यांना लग्न करावंसं वाटतं. खुदा के पास जाना है, म्हणतात.”
“त्यांची जात?”
“पत्ता लागत नाही.”
“आणि ती खुर्शीद?”
“तिला नवऱ्याने टाकली आहे.”
“का?”
“हुंडा मिळाला नाही म्हणून. ती पुष्कळदा रडत असते.”
“आता तू माझ्याबरोबर चल. आपण डॉक्टरकडे जाऊ. मग घरी जाऊ.”

महेश आपल्या तंद्रीत रात्री घरी आला तर डायनिंग टेबलावर सोनाच्या शेजारी माधुरी. त्याला काय बोलावं ते कळेचना. त्याची अवस्था पाहून सोना म्हणाली, “माधुरीला इथं पाहून आश्चर्य वाटलं ना? तिची तब्येत बरी नाही. मी तिला इथं आणलं.”
काहीही न बोलता महेश बेडरूममध्ये गेला आणि त्याने सोनाला हाक मारली. बेडरूममध्ये सोनाने पाय टाकताच चढ्या आवाजात तो म्हणाला,
“तुला हे उद्योग कुणी सांगितले?”
सोनाने ह्या असल्या प्रश्नांसाठी भरपूर पूर्वतयारी केली होती. ती तितक्याच शांतपणे म्हणाली,
“ती पोलिसांकडे निघाली होती.”
“पोलीसखातं माझ्या खिशात आहे.”
“ते मला माहीत आहे. इन्कमटॅक्सवाल्यांना काय सांगितलं असतंत?”
इन्कमटॅक्सवाले म्हटलं की पैशाला सर्वस्व मानणाऱ्या महेशची बोबडी वळते, हे सोनाला माहीत होतं. महेश उभा होता त्याच्या शेजारच्याच खुर्चीत मटकन् बसला.
“इ... इ... इन्कमटॅक्सवाल्यांना काय सांगितलं असतंत?”
“इन्कमटॅक्सच्या बल्लाळांची ही पुतणी. ही पोरगी त्यांना फोन करणार होती. माझ्या ऑफिससकट सगळ्याला कुलपं लागली असती.”
महेशचा आवाज बंद झाला.

दुसऱ्या दिवशी सोनाने माधुरीला दुसऱ्या जागेत पाठवून दिलं. रात्री जेवणं झाल्यावर तिने महेशकडे डायरेक्ट विषय काढला. शांत, धीम्या आवाजात तिने प्रारंभ केला. त्या सगळ्या आवाजात जरब निश्चित होती.

''महेश, माधुरीला तुम्ही आणलंत?''

''तुला ते माहीत आहे.''

''मला सगळंच माहीत आहे.''

''मग गप्प बैस.''

''गप्प बसण्यासारखी गोष्ट असती तर जरूर गप्प बसले असते. पण जिथं तुमचं चुकतंय तिथं तुम्हाला जाब विचारण्याचा मला पूर्ण अधिकार आहे.''

''तुझ्याशी लग्न केलं म्हणून का?''

''निश्चित. त्याच अधिकाराने विचारतेय.''

''तुला काय हवंय?''

''त्या मुलींना घालवून द्या.''

''त्यांचा व्यवसाय त्यामुळे थांबणार आहे का?''

''त्यांना स्वतंत्रपणे काहीही उद्योग करू देत. तुम्ही त्यांना या पद्धतीने का वापरताय?''

''आणखी कुणीतरी वापरणारच आहे. मग मी का नाही? त्याच्या बदल्यात मी त्यांना चांगली जागा देतो.''

''पण का?''

''फॉर द सेक ऑफ मनी.''

''असला किडका पैसा ह्या संसारात नको.''

''पैसा हा पैसा असतो. मी त्यांना त्या मार्गाला जायला सांगितलेलं नाही.''

''माधुरीचा सत्यानाश करणार नव्हतास का?''

''जेमतेम सातवी-आठवी शिकलेली मुलगी दुसरं काय करणार होती? उलट तिच्या बापाला एक रकमेने पाच हजार दिले. त्याचं काय?

''त्याऐवजी त्यांना न्याय व नोकरी मिळवून दिली असती तर? माधुरीला इथं आणून अरबाला बळी देण्याऐवजी तिचं शिक्षण केलं असतंत तर?''

''त्याने काय मिळालं असतं?''

''पुण्य!''

''पैसा मिळावा, सुखात राहावं ह्यासाठीच पुण्य मिळवायचं ना? मी डायरेक्ट पैसाच मिळवतोय. एक लक्षात ठेव, पुण्यवंताकडे पैसा नसेल पक्ष पैसेवाला पुण्यवान असतो.''

''समाजासाठी त्याने तो पैसा वापरला तर.''

''समाज? कोणता समाज? ह्या देशातला समाज? वो बात छोड दो. निर्वासितांचं

स्वागत ह्या समाजाने कसं केलंय ते मी ऐकून आहे.''
''फाळणी आणि अत्त्याचार म्हटलं की अजून तुमची तळपायाची आग मस्तकात जाते, मग तशाच अत्त्याचाराचे बळी म्हणून तुम्ही तुमच्याच बहिणी विकता आणि मजा मारता.''
''आहे हे असं आहे. आय वॉण्ट मनी. बाकी सगळं झूट आहे.''
''मला असला पैसा नको.''
''आय कान्ट हेल्प इट.''
''तुम्हाला मग इथून पुढे आयुष्यात एकच गोष्ट मिळेल. मी किंवा असला पैसा. काय हवं ते ठरवा.''
''बाय ऑल मीन्स पैसा.''
''ठीक आहे.''

दुसऱ्या दिवशी सकाळी महेशला जाग येण्यापूर्वी सोनाने आवराआवर केली होती. बेडरूमच्या दरवाजावर टिचक्या मारून तिने महेशला उठवलं.
''ह्याचा अर्थ काय?''
''मी निघाले. ह्या गाडीच्या किल्ल्या.''
''कुठे जाणारेस?''
''काहीच ठरवलेलं नाही.''
''मी तोंड धुऊन येईपर्यंत थांबणार आहेस का?''
–महेश येईपर्यंत ती बाहेरच्या हॉलमध्ये थांबली.
काहीच बिनसलं नाही अशा चेहऱ्याने महेश म्हणाला,
''तुला हवं तर तुझा पासपोर्टचा जॉब तू तसाच करू शकतेस. तिथेच राहूही शकतेस.''
''माझ्या राहण्याचे किती पैसे द्यायचे?''
''सोना...''
''महेश, नो मोअर सेन्टीमेन्ट्स, इट्इ अ शिअर बिझनेस डील.''
''तू मला एक दिवसाची पण मुदत देणार नाहीस का?''
''एका दिवसाने तुझी पैशाबद्दलची हाव संपणार आहे का?– त्याचं उत्तर दे.''
महेश गप्प बसला.
''पैसे सांगा, मिस्टर जयसिंघानी. ऑफिस उघडायचं आहे. शर्मा येणार आहे.''
''पाच हजार रुपये दे.''
''गाडीचं काय? मला काही दिवस लागेल. माझी स्वत:ची येईपर्यंत.''
''पाचशे रुपये जास्त.''

"ओके. हे पैसे ॲडव्हान्समध्ये हवेत की महिना संपल्यावर? हा खुलासा–"
"सोना..."
न बोलता सोना बाहेर पडली.

"महेशला काहीही वाटलं नाही?" चित्रालीने कासावीस होऊन विचारलं.
सोनाली त्या प्रश्नाचं उत्तर न देता म्हणाली,
"काकासारखा माणूस पंचवीस वर्षं सज्जनसारखा वागला आणि एकच क्षण राक्षसासारखा उलटला, तर महेश एकच क्षण संतांसारखं बोलला आणि नंतर कायम तो पिसाळल्यासारखाच वागत आला. माणसांना लेबलं कशी लावायची? आणि त्यांना माणूस तरी कसं म्हणायचं? त्यांच्या मोहात पडायचं की सावध राहायचं? मला माणूस समजला असं कोण म्हणू शकेल?"
दोघी जरा वेळ गप्प राह्यल्या.
"मला सोनाची ओळख करून द्याल ना?"
"जरूर."
"माधुरीचं पुढं काय झालं?"
"महेशचं घर सोडल्यानंतर सोना माधुरीला घेऊन बंगलोरला गेली. तिच्या आईवडिलांनी माधुरीचा स्वीकार केला नाही. सोना तिला परत घेऊन आली. तिने माधुरीसाठी स्थळ पाह्यलं. तिचं लग्न लावून दिलं. तिच्या नवऱ्याला एकूण एक परिस्थिती सांगितली, आणि त्याहीपेक्षा आश्चर्याचा, आनंदाचा भाग म्हणजे, कॉलगर्लचा व्यवसाय करणाऱ्या त्या सहा मुलींनी, आपली एक बहीण, एक स्त्री वाचली म्हणून पंधरा हजार रुपये आपल्या व्यवसायातून जमा करून माधुरीचा संसार थाटून दिला. ह्या एका जगावेगळ्या उदाहरणाने, कोणतीही स्त्री खूप आनंदाने देहविक्रय करीत नाही, हे सिद्ध झालं. घर, संसार, मुलंबाळं हा योग एकदा हुकला की ठिकऱ्या ठिकऱ्याच होतात. कुणी तरी फेकतं, त्या फेकल्या जातात."
"सोना आता काय करते?"
"सोना पासपोर्टचा, ट्रॅव्हल एजन्सीचा व्यवसाय त्याच जागी अत्यंत समर्थपणाने करत आहे. रैना, लक्ष्मी, खुर्शीद, मलकानी ह्या सगळ्यांना ती मायेने सांभाळते. त्या सगळ्या मुली मनाने निष्कपटी आहेत. नवरा केव्हातरी येईल म्हणून खुर्शीद त्याची वाट पाहते. सोनाच्या कुशीत शिरून कधी कधी भरपूर रडते. सोनाचं वय फक्त तीस; पण आज ती ह्या सहा मुलींची आई झाली आहे."
"आणि महेश..."
"एखाद्या अनावर क्षणी त्याचा सोनाला फोन येतो. ती हवापाणी, व्यवसायाच्या गप्पा मारते. त्याने 'आजची रात्र तरी भेटशील का?' असं विचारलं की 'आय डोन्ट

वॉन्ट टु गेट यूज्ड' असं शांतपणे उत्तर देऊन ती फोन बंद करते. पुन्हा स्वत:ला कामात जखडून घेते.''

''तिला स्वत:ला कधी तशाच भावना होत नाहीत?''

''सहन करते. तळमळते. पुस्तकात गाडून घेते.''

''ती घटस्फोट का घेत नाही?''

''महेश इम्पोटन्ट आहे म्हणून तिला घटस्फोट मिळेलही. पण पुढं काय?''

''तिने लग्न करावं. तिला मुलांची आवड आहे...''

''कुणाशी करायचं?''

''तिच्या वैचारिक भूमिकेचा सन्मान होईल अशा माणसाशी. तिचं वाचन, चिंतन, बौद्धिक भूक यांना न्याय देईल, तिचं मन पुस्तकासारखं वाचू शकेल असा कुणी...''

सोनाली म्हणाली,

''पासपोर्टच्या व्यवसायातून वेळ काढून ती एक दिवसाआड लायब्ररीत जाते. तिथं तिला असाच संवादासाठी आसुसलेला, वाचनाने प्रगल्भ झालेला एक जीव भेटला आहे. तिने प्रपोजल टाकायची खोटी, त्यांचं जमेल.''

''मग...?''

''सोनाला प्रश्न पडतो की, आपण ठिकरी खेळणाऱ्या आहोत की स्वत:च ठिकरी आहोत? हा संभ्रम जोपर्यंत दूर होत नाही, तोपर्यंत काय करायचं हा प्रश्न आहे. नव्या अनोळखी चौकोनात जाऊन पडण्यापेक्षा, परिचयाचा जुना चौकोन काय वाईट आहे हा सवाल आहे. तिची स्वत:ची जरी अधुनमधून तगमग होत असली तरी इतर ठिकऱ्यांना ती ऊब देऊ शकते, ह्यात तिला कृतार्थता वाटते. समाजातल्या वासनेने लडबडलेल्या गिधाडांपासून जेव्हा जेव्हा शक्य होईल, तेव्हा तेव्हा एखादी कोंबडी ज्याप्रमाणे सगळ्या पिल्लांना पंखांखाली घेऊन वाचवते, त्याप्रमाणे सोना त्यांना वाचवण्याचा प्रयत्न करते. त्यांच्यापैकी कुणीतरी जेव्हा वाट्याला आलेला चौकोन सोडायचा प्रयत्न करणार आहे, तेव्हा तरी ती ठिकरी योग्य चौकोनात पडणार की नाही, हे ती दक्षतेने पाहणार आहे. त्या सगळ्याजणी घरी सुखरूप परत येईपर्यंत ती रात्र रात्र झोपत नाही. बुद्धी आणि मन ह्या दोन्ही गोष्टी राजधान्यांसाठी वाचन आणि ड्रिंक...''

पण सोनालीचं वाक्य पुरं झालं नाही. चित्रालीने तिचा हात धरून विचारलं,

''सोना आणि सोनाली एकच आहेत ना?''

तिचा हात शांतपणे सोडून दाराकडे जात सोनाली म्हणाली,

''मुली परतण्याची वेळ झाली.''

■